Speak Malayalam

In Ten Weeks

With Exercises & Answer key

John D. Kunnathu is an educator and an author of several books. He has had his higher studies in Language, Linguistics, Literature, Instructional Technology, and in Religious Studies.

Lissy John is an educator and a writer. She has had her higher studies in Language, Linguistics, and Literature. After being in Africa and in the US for over twenty-five years, both are now settled in Kerala.

They have also authored:
Malayalam Alphabet
Learn Basic Malayalam in Six weeks

Contact: johnkunnathu@gmail.com

Speak Malayalam

In Ten Weeks

With Exercises & Answer key

John D. Kunnathu

&

Lissy John

Speak Malayalam In Ten Weeks
Author: John D. Kunnathu & Lissy John
Date: July 15, 2017
Copyright: Author
ISBN-13: 9781548921460

The What and Why of this Book

This book helps the speakers of English to gain the basic skills of speaking, listening, reading and writing Malayalam. Our previous book, *Learn Basic Malayalam in Six weeks*, was found helpful by hundreds of people in the US and Europe. Some of them encouraged us to write a second part. Now we have created this book as a second part.

This book has ten lessons, which are built around ten children's songs, sung by Yesudas, the well-known singer. The songs are based on the familiar children's moral fables. Thus the learners have the opportunity to learn Malayalam as presented through the voice of Yesudas. By the end of the ten lessons, a learner will have gained the basic skills of listening and speaking Malayalam. Our first book focused on the skills of reading and writing, but this one focuses on listening and speaking.

This book makes use of the contemporary knowledge of the language and the contemporary ways of learning. Someone who has already learned to read the letters of Malayalam can easily follow this book, and rise to a higher level.

How to Use this Book?

Each lesson is meant for a week's study and practice. The learner may listen to the song from a smartphone or a computer. One may listen to it and sing along following it in the given text everyday until he/she learns it by heart. This improves the skills of listening and reading.

Then the learner may turn to the difficult words and expressions explained in the lesson. After following all the pieces of information in the lesson, one may do the exercises. Answers can be matched with the given key. We suggest a learner stays in the same lesson for a whole week spending half an hour everyday. By the end of the week, he/she should be able to sing the song and also able to tell the story to someone in Malayalam. The listening skill and the speaking skill improve simultaneously as the learner actively listens to the song and sing the song. The help of someone who already knows Malayalam may be sought to practice the skills and also to clear any doubts.

Learning a language is like learning to swim. Repeated practice is the only way to learn a skill. Once you learn it, it will stay with you. That is why children learn language faster than adults when they are placed in a language-using context. This book is a guide to someone who has the will to practice the language skills.

Malayalam has its own writing system, and there is no way to learn this language without learning its writing system. But this fact does not need to discourage you. An introduction to the writing system of Malayalam is given at the end of this book. The difficult sounds in Malayalam for the speakers of English are listed and explained. There is also a list of common words, and a list of useful links.

We congratulate you for your decision to learn Malayalam, and we wish you all the best!

Contents

Lessons

You will see a link at the beginning of each lesson. Please go to this link in your smartphone or computer and listen to the song. Listening to the song is a part of this lesson. Instead of typing in the link, you may also search for the song in Youtube or google using the English script of the first line of the song like *kodiya venal kalam.*

Week 1. The Foolish Frog

It was a hot summer, and the ponds were dry. Two frogs, looking for water, came to a deep well. One of them looked down into it, and said, "This looks like a nice cool place with a lot of water. Let us jump in and settle here." But the other one, who was wiser, replied, "Not so fast, my brother. Suppose the summer continues, and this well also gets dried up, how should we get out again?"

Kodiya Venal Kalam
https://www.youtube.com/watch?v=0l_mbVO_2YE

കൊടിയ വേനൽ കാലം
കുളങ്ങൾ വറ്റിയ കാലം
കുതിച്ചും ചാടിയും രണ്ടു തവളകൾ
കുണ്ടു കിണറ്റിൻ അരികിൽ വന്നു
ദാഹനീരിനായ് ദാഹനീരിനായ്

തുള്ളി വെള്ളം കണ്ടു തവളകൾ
തുള്ളിതുള്ളി ചാടി
മൂത്ത തവള പറഞ്ഞു അനിയാ
മുങ്ങാം കുഴികളിടാം
ചാടാം ഒന്നിച്ചു ചാടാം
ഉള്ള വെള്ളം മുഴുവൻ നമ്മുടെ
സ്വന്തമാക്കാം നമ്മുടെ സ്വന്തമാക്കാം

ഒന്നു ചിന്തിച്ചിളയ തവളയും
വിക്കിവിക്കിപ്പറഞ്ഞു
വേണ്ട ചേട്ടാ വേണ്ട വെറുതേ
കുഴപ്പം കാട്ടരുതേ
ചാകാനൊരുങ്ങിടല്ലേ
വെയിൽ തുടർന്നാൽ കിണർ വരണ്ടാൽ
ഗതിയെന്താകും നമ്മുടെ ഗതിയെന്താകും

Malayalam	Similar Meaning in English
തവള	frog
കിണർ	well
വെള്ളം, നീര്	water
വെയിൽ	sunshine
കുഴപ്പം	trouble
ഗതി	Way,
ദാഹം	thirst
ചേട്ടൻ	older brother
അനിയൻ	younger brother

Malayalam	English Meaning
ഇളയ തവള	younger frog
മൂത്ത തവള	older frog
തുള്ളി വെള്ളം	a drop of water
വരണ്ട കിണർ	dry well
ഉള്ള വെള്ളം മുഴുവൻ	all the remaining water
വേനൽ കാലം	summer season

Malayalam	English Meaning
തവള വന്നു	Frog came.
കിണർ വറ്റി	well dried
വെള്ളം കണ്ടു	saw water
ചാടാൻ ഒരുങ്ങി	got ready to jump
വിക്കി പറഞ്ഞു	stammered
വെയിൽ തുടർന്നാൽ	if sunshine continues
ചിന്തിച്ചു	thought
സ്വന്തമാക്കാം	can own
കുഴപ്പം കാട്ടി	did trouble
ചാകാൻ	to die

Malayalam	English Meaning
എന്റെ കിണർ	my well
ഞങ്ങളുടെ	our
നമ്മുടെ	our (including yours)
നിന്റെ	your
നിങ്ങളുടെ	your (plural)
അവന്റെ	his
അവളുടെ	her
അതിന്റെ	its
അവരുടെ	their

Malayalam	English Meaning
ചാടി	jumped
ചാടും	will jump
ചാടുന്നു	is Jumping
ചാടാം	let us jump
ചാടൂ	jump!
ചാടണം	need to/Must jump
ചാടിയേക്കും	may jump

Affirmative	Negative
ചാടി	ചാടിയില്ല
ചാടും	ചാടുകയില്ല
ചാടുന്നു	ചാടുന്നില്ല
ചാടാം	ചാടരുത്
ചാടൂ	ചാടരുത്

Compound Words
കിണറ്റിന്നരികിൽ = കിണറ്റിൻ + അരികിൽ
സ്വന്തമാക്കാം = സ്വന്തം + ആക്കാം
ചിന്തിച്ചിളയ = ചിന്തിച്ച് + ഇളയ
ഗതിയെന്താകും = ഗതി + എന്താകും
ചാകാനൊരുങ്ങി = ചാകാൻ + ഒരുങ്ങി

Exercises

A. Match Column A with Column B

	A (Word)		B (Meaning)
1	വെള്ളം	3	frog
2	കാലം		well
3	തവള		water
4	വരണ്ട		season
5	ചാടി		thirst
6	കണ്ടു		saw
7	കിണർ		dry
8	ദാഹം		jumped

B. Match Column A with Column B

	A		B
1	വന്നു	2	will come
2	വരും		come!
3	വരുന്നു		is not coming
4	വന്നില്ല		don't come

5	വരുകയില്ല		came
6	വരുന്നില്ല		will not come
7	വരൂ		is coming
8	വരരുത്		did not come

C. Match Column A with Column B

	A		B
1	എന്റെ	4	your
2	ഞങ്ങളുടെ		his
3	നമ്മുടെ		its
4	നിന്റെ		my
5	നിങ്ങളുടെ		our (including you)
6	അവന്റെ		her
7	അവളുടെ		our
8	അതിന്റെ		your (plural)
9	അവരുടെ		their

D. Translate these sentences to English

1	തവള ചാടി	The frog jumped,
2	തവള ചാടും	
3	തവള ചാടുന്നു	
4	തവള ചാടുന്നില്ല	
5	തവള ചാടിയില്ല	
6	തവള ചാടുകയില്ല	
7	തവള ചാടിയേക്കും	
8	തവള ചാടണം	

E. Translate these Sentences to Malayalam

1	The dog ran.	പട്ടി ഓടി
2	The dog will run.	
3	The dog is running.	
4	The dog is not running.	
5	The dog did not run.	
6	The dog will not run.	
7	The dog may run.	
8	The dog must run.	

Week 2. The Hare and the Tortoise

One day a hare and a tortoise decided to run a race. The hare with its usual swiftness left the tortoise far behind and thought of taking a short nap. However, it soon fell fast asleep. The tortoise, on the other hand, continued to walk with its slow pace steadily, and reached the goal far ahead of the hare. When the hare awoke, it could not find the tortoise behind, and sped with all its might. However, to its utter amazement, it found the tortoise at the goal.

Pathu pathungi pammi nadakkum
https://www.youtube.com/watch?v=trgosl9o_6I

പാത്തു പതുങ്ങി പമ്മി നടക്കും

കുന്നി കുഴിമടിയൻ

ആമച്ചേട്ടനും ഓട്ടക്കാരൻ മുയലും കൂട്ടുകാർ

ഒരുനാളവർ രണ്ടു പേരും പന്തയം വച്ചു

ഓട്ടപ്പന്തയം വച്ചു

മലയോരം കാടുവാരം മത്സരം വച്ചു

തമ്മിൽ മത്സരം വച്ചു

ഇഴയുന്നൊരാമയും പായുന്നൊരു വെണ്മുയലും

പരിപാടിയിൽ ആരാരാദ്യം സമ്മാനം നേടും

ബഹുദൂരം ചെന്ന് വെണ്മുയൽ പിന്തിരിഞ്ഞപ്പോൾ

മെല്ലെ പിന്തിരിഞ്ഞപ്പോൾ

കുറെയേറെ പിന്നിലായിട്ടാമയെക്കണ്ടു

പാവം ആമയെക്കണ്ടു
മുതുകിൽ കൂടാരവും അതിലേറെ ഭാരവുമായ്
ഇഴയും ചങ്ങാതിയെ നോക്കി സഹതാപം കൊണ്ടു

ഒരുപോള കണ്ണടയ്ക്കാം ഒന്നുറങ്ങീടാം
പയ്യെ ക്ഷീണവും മാറ്റാം
ഇഴയുന്നവനെത്തിടും മുമ്പുണർന്നെണീറ്റോടാം
അങ്ങനെ ലക്ഷ്യവും നേടാം
മുയലിങ്ങനെ ചിന്തിച്ചു കുറെ നേരമുറങ്ങിപ്പോയ്
ഉണരും മുമ്പാമച്ചേട്ടൻ സമ്മാനോം നേടി

Malayalam	English Meaning
ആമ	tortoise
മുയൽ	hare
കൂട്ടുകാരൻ	friend
മടിയൻ	one who is lazy
പന്തയം	bet
പരിപാടി	program
മത്സരം	race
മല	hill
കാട്	forest, woods
സമ്മാനം	prize
ദൂരം	distance
കൂടാരം	tent
ക്ഷീണം	fatigue

Malayalam	English Meaning
കണ്ണ്	eye
ചങ്ങാതി	friend
ഭാരം	weight
ലക്ഷ്യം	goal/ aim
ചേട്ടൻ	older brother
ഓട്ടക്കാരൻ	runner
ആര്	who
സഹതാപം	sympathy

Malayalam	English Meaning
നടക്കുക	walk
പാത്തു പതുങ്ങി പമ്മി നടക്കും	without attracting attention/ with a low profile
കുന്നി കുഴി മടിയൻ	a very lazy one
ഒരു നാൾ	one day
രണ്ട്	two
രണ്ട് പേരും	both
ഓടുക	to run
ഓട്ടം	running
ഓട്ടപ്പന്തയം	bet to run
പന്തയം വച്ചു	did a bet
തമ്മിൽ	between
മലയോരം	by the hill
കാടുവാരം	through the forest/woods

Malayalam	English Meaning
ചെന്ന്	reached
കുറെയേറെ	very much
പിന്നിൽ	behind
മുതുകിൽ	on the back of the body
അതിലേറെ	more than that
സഹതാപം കൊണ്ടു	became sympathetic
കൺപോള	eyelid
അടയ്ക്കുക	close
ഉറങ്ങുക	sleep
ഒരു പോള കണ്ണടയ്ക്കാം	take a nap
ക്ഷീണം മാറ്റാം	get rid of fatigue
എണീറ്റ് ഓടാം	get up and run
ലക്ഷ്യം നേടാം	reach the goal
ചിന്തിച്ചു	thought
കുറെ നേരം	for some time
ഉറങ്ങിപ്പോയി	fell asleep
ഉണരുക	wake up
ഉണരും മുമ്പ്	before waking up
സമ്മാനം നേടി	won prize
ഇഴയുക	crawl
പായുക	run very fast
വെണ്മുയൽ	white hare
ആര് ആദ്യം	who first

Malayalam	English Meaning
കണ്ടു	saw
കാണും	ill see
കാണുന്നു	is seeing
കാണണം	must/need to see
കാണാം	let us/me see
ഞാൻ കണ്ട ആമ	the tortoise I saw
കണ്ടില്ല	did not see
കാണുകയില്ല	will not see
കാണുന്നില്ല	is not seeing
കാണണ്ട	need/must not see
നോക്കി	looked
നോക്കും	will look
നോക്കുന്നു	is looking
നോക്കണം	need to/must look
നോക്കാം	let me/us look
ഞാൻ നോക്കിയ ആമ	the tortoise I looked
നോക്കിയില്ല	did not look
നോക്കണ്ട	need/must not look
നോക്കുകയില്ല	will not look
നോക്കുന്നില്ല	is not looking
സമ്മാനം നേടും	win prize
ബഹുദൂരം	long distance
പിൻ തിരിഞ്ഞ്	turn back
മെല്ലെ	slowly

Compound Words
ആമച്ചേട്ടൻ = ആമ + ചേട്ടൻ
നാളവർ = നാള് + അവർ
ഇഴയുന്നൊരാമ = ഇഴയുന്ന + ഒരു + ആമ
പായുന്നൊരു = പായുന്ന +ഒരു
വെണ്മുയൽ = വെൾ + മുയൽ
ആരാരാദ്യം = ആര് + ആര് + ആദ്യം
കണ്ണടയ്ക്കാം = കണ്ണ് + അടയ്ക്കാം
ഒന്നുറങ്ങീടാം = ഒന്ന് + ഉറങ്ങീടാം
പിന്തിരിഞ്ഞപ്പോൾ = പിൻ + തിരിഞ്ഞ് + അപ്പോൾ
കുറെയേറെ = കുറെ + ഏറെ
പിന്നിലായിട്ടാമയെ = പിന്നിൽ+ ആയിട്ട് + ആമയെ
മുമ്പുണർന്നെണീറ്റോടാം = മുമ്പ് + ഉണർന്ന് +എണീട്ട് +ഓടാം

Malayalam	English
അവൻ നടക്കുന്നു	He is walking.
ഓടുന്നു	running
കിടക്കുന്നു	lying down
കാണുന്നു	seeing
കേൾക്കുന്നു	hearing
പറയുന്നു	saying
തൊടുന്നു	touching
പോകുന്നു	going
വരുന്നു	coming
നോക്കുന്നു	looking

Malayalam	English
മടി	laziness
മടിയൻ	one who is lazy (male)
മടിച്ചി	one who is lazy (female)
മിടുക്ക്	smartness
മിടുക്കൻ	smart one (male)
മിടുക്കി	smart one (female)

Exercises

A. Match Column A with Column B

A		B	
1	ആമ	5	bet
2	മുയൽ		distance
3	കൂട്ടുകാരൻ		eye
4	മടിയൻ		fatigue
5	പന്തയം		forest, woods
6	പരിപാടി		friend
7	മത്സരം		friend
8	മല		goal/ aim

9	കാട്		hare
10	സമ്മാനം		hill
11	ദൂരം		older brother
12	കൂടാരം		one who is lazy
13	ക്ഷീണം		prize
14	കണ്ണ്		program
15	ചങ്ങാതി		race
16	ഭാരം		runner
17	ലക്ഷ്യം		tent
18	ചേട്ടൻ		tortoise
19	ഓട്ടക്കാരൻ		weight
20	ആര്		who

B. Match Column A with Column B

	A		B
1	കണ്ടു		did not see
2	കാണും		is not seeing
3	കാണുന്നു		is seeing

4	കാണണം		let us/me see
5	കാണാം		must/need to see
6	ഞാൻ കണ്ട ആമ		need/must not see
7	കണ്ടില്ല		saw
8	കാണുകയില്ല		the tortoise I saw
9	കാണുന്നില്ല		will not see
10	കാണണ്ട		will see

C. Fill in the Empty Spaces

	Present	Past	Future
1	നടക്കുന്നു	നടന്നു	നടക്കും
2	ഓടുന്നു	ഓടി	
3	കിടക്കുന്നു		കിടക്കും
4	കാണുന്നു	കണ്ടു	
5	കേൾക്കുന്നു		കേൾക്കും
6	പറയുന്നു	പറഞ്ഞു	
7	തൊടുന്നു		തൊടും

8	പോകുന്നു	പോയി	
9	വരുന്നു		വരും
10	നോക്കുന്നു	നോക്കി	

D. Translate to English

	Malayalam	English
1	ഒരു	a/one
2	ഒരാൾ	
3	ഒരിക്കൽ	
4	ഒരു നാൾ	
5	ഒരാണ്ട്	
6	ഒരാഴ്ച	
7	ഒരിടം	

Week 3. The Wolf and the Crane

One day a bone stuck in the throat of a wolf. He tried his best to draw out the bone but he could not. He became restless with pain. A crane came to the wolf offering help. The wolf promised a reward, and the crane thrust his long beak into its throat and drew out the bone. Walking away, the wolf said, “When you put your head into my throat, I had a strong urge within me to chew it and eat you. But I did not do it, and you are still alive. That is your reward.”

Pandu pandoru kokk
https://www.youtube.com/watch?v=vU7nd0GC85M

പണ്ട് പണ്ടൊരു കൊക്ക് പണ്ടാരക്കൊക്ക്
പഞ്ചമിക്കുളങ്ങരെ ഭജനമിരുന്നു ഭജനമിരുന്നു
പല്ലുകൊഴിഞ്ഞൊരു ചെന്നായ്
ഒരു പടുവയസൻ ചെന്നായ്
മറുകരയിൽ മഹർഷിയെപ്പോലെ തപസ്സിരുന്നു

തപസ്സല്ല പൂജയല്ല തേവാരമല്ല
മകരമീനിനെ കടിച്ചുതിന്നപ്പം
അബധം പറ്റിയതാണല്ലൊ
തൊണ്ടയിൽ മുള്ളു കുരുങ്ങി
ചെന്നായ് നിന്ന് പരുങ്ങി
ക്ഷമ നശിച്ചു നിലവിളിച്ചു
മുള്ളേ പോ മുള്ളേ പോ മുള്ളേ പോ

പോയില്ല മുള്ള് പോയില്ല
പോയില്ല മുള്ള് പോയില്ല

പറന്ന് പറന്നടുത്ത് ചെന്ന്
പണ്ടാരക്കൊക്ക് ചോദിച്ചു
തൊണ്ടയ്ക്കുള്ളിലെ മുള്ളുകൾ
ഞാനങ്ങെടുത്തു തന്നാലോ
പ്രത്യുപകാരം ചെയ്യാമെന്നെറ്റു
ചെന്നായ് വായ് തുറന്നു
തൊണ്ടയ്ക്കുള്ളിലെ മുള്ളുകളെല്ലാം
ചുണ്ടുകളാലെടുത്തു
ചുണ്ടുകളാലെടുത്തു കൊക്ക് ചുണ്ടുകളാലെടുത്തു

തിരിഞ്ഞ് നടന്ന ചെന്നായിങ്ങനെ വിളിച്ചുപറഞ്ഞു
നീണ്ട നിൻെറ ചുണ്ടുകളെൻെറ തൊണ്ടയിലായപ്പോൾ
കടിച്ചു കടിച്ചു മുറിച്ചു തിന്നാൻ
കൊതിച്ചു പോയി ഞാൻ
പ്രത്യുപകാര സ്മരണയാലത് ചെയ്യതില്ല ഞാൻ

Malayalam	English Meaning
പടുവയസ്സൻ ചെന്നായ്	very old wolf
പണ്ടാരക്കൊക്ക്	big crane
മകരമീൻ	fish in a certain season
നീണ്ട ചുണ്ട്	long beak
നിലവിളിച്ചു	cried aloud

Malayalam	English Meaning
കൊക്ക്	crane/stork
ചെന്നായ്	wolf
കുളം	pond
പല്ല്	tooth
മഹർഷി	monk
മീൻ	fish
തൊണ്ട	throat
മുള്ള്	fish bone
ക്ഷമ	patience
പ്രത്യുപകാരം	return favor
ചുണ്ട്	beak
വായ്	mouth

Malayalam	English Meaning
കുളങ്ങരെ = കുളത്തിൻ കരയിൽ	on the side of the pond
മറുകരയിൽ	on the other side
തൊണ്ടയിൽ	in the throat
തൊണ്ടയ്ക്കുള്ളിലെ	inside the throat
പറന്നടുത്ത്	flew near
ചെയ്യാമെന്നേറ്റ്	agreed to do
സ്മരണയാൽ	with memory
ചുണ്ടുകളാൽ	with beak

Compound Words
കൊഴിഞ്ഞൊരു = കൊഴിഞ്ഞ + ഒരു
തൊണ്ടയ്ക്കുള്ളിലെ = തൊണ്ടയ്ക്ക് + ഉള്ളിലെ
കുളങ്ങരെ = കുളം + കരെ
ഞാനങ്ങെടുത്തു = ഞാൻ + അങ്ങ് + എടുത്തു
ചെയ്യാമെന്നേറ്റു = ചെയ്യാം +എന്ന് + ഏറ്റു

	Full form	Short form
you go	നീ പോകൂ	നീ പോ
come	വരൂ	വാ
sit	ഇരിക്കൂ	ഇരി
stand	നിൽക്കൂ	നില്ല്
do	ചെയ്യൂ	ചെയ്യ്
give	തരൂ	താ
say	പറയൂ	പറ

Exercises

A. Match Column A with Column B

	A		B
1	കൊക്ക്	11	beak
2	ചെന്നായ്		fish
3	കുളം		fish bone
4	പല്ല്		monk
5	മഹർഷി		mouth
6	മീൻ		patience
7	തൊണ്ട		pond
8	മുള്ള്		return favor
9	ക്ഷമ		crane
10	പ്രത്യുപകാരം		throat
11	ചുണ്ട്		tooth
12	വായ്		wolf

B. Fill in the empty spaces

	Present	Past	Future
1	ഇരിക്കുന്നു	ഇരുന്നു	ഇരിക്കും
2	നിൽക്കുന്നു		നിൽക്കും
3	തിന്നുന്നു	തിന്നു	
4	നശിക്കുന്നു		നശിക്കും
5	വിളിക്കുന്നു	വിളിച്ചു	
6	ചോദിക്കുന്നു		ചോദിക്കും
7	പറക്കുന്നു	പറന്നു	
8	തുറക്കുന്നു		തുറക്കും
9	കടിക്കുന്നു	കടിച്ചു	
10	മുറിക്കുന്നു		മുറിക്കും
11	കൊതിക്കുന്നു	കൊതിച്ചു	
12	ചെയ്യുന്നു		ചെയ്യും
13	തരുന്നു	തന്നു	

C. Translate to English

1. കൊക്ക് പറന്നു. _____

2. ചെന്നായ് മീൻ തിന്നു. _____

3. ചെന്നായ് വായ് തുറന്നു.----------------------

4. കൊക്ക് മുള്ള് എടുത്തു. _____

5. ചെന്നായ് കൊക്കിനെ തിന്നാൻ കൊതിച്ചു. -------

D. Translate to Malayalam

1. The wolf is eating fish. _____

2. The wolf will eat fish. _____

3. The wolf will open mouth. _____

4. The wolf went away. _____

E. Imagine that you are the crane. After meeting the wolf, you meet your family. How would you narrate the story to your family in Malayalam?

Week 4. Friends Meet a Bear

Mallan and Mathevan were friends. One day they went to a dense forest to collect honey. Mathevan was worried if there would be bears in the forest. Mallan boasted that he was not afraid at all, and that he would take care of Mathevan if a bear comes. Soon they saw a bear coming towards them. Mallan at once got up the nearest tree without caring for his friend. Mathevan did not know how to climb a tree, so he fell flat on the ground like a dead body. The bear came up to him, and it smelt his nose, ears and eyes. It took him to be dead and went away. Then Mallan came down from the tree, and asked him what the bear whispered in his ear. Mathevan said, "The bear told me not to trust someone who leaves his friend in danger."

Karadimada kodumala charivukalil
https://www.youtube.com/watch?v=6wFK_p8IkWo

കരടിമട കൊടുമല ചരിവുകളിൽ
ഒരിടത്ത് തേൻ കൊയ്യാൻ മാതേവൻ പോയ്
അവനോടൊപ്പം തന്റെ ചങ്ങാതിയായ്
വിരുതൻ മല്ലൻ കൂടെപ്പോയ്

കരടിയിങ്ങ് വന്നാൽ കുടലു ഞാനെടുക്കും
വിരുതനായ മല്ലൻ വീമ്പ് ചൊല്ലിയേവം
ഒന്നും മിണ്ടാതെല്ലാം മൂളിക്കേട്ടു മാതേവൻ
പാവം പാവം മാതേവൻ

ദൂരെ ദൂരെ നിന്നും കരടി വന്ന നേരം
അരികിൽ നിന്ന മരത്തിൽ
വലിഞ്ഞു കേറി മല്ലൻ
താഴെ വീണു ജീവൻ പോയോരാകാരം പോലെ
പാവം പാവം മാതേവൻ

മണത്ത് ചെന്ന കരടി പിണത്തെ വിട്ടകന്നു
തിരക്കി മെല്ലെ മല്ലൻ കരടി ചൊന്നതെന്തേ
പൊല്ലാക്കാലത്തില്ലാത്തവൻ ചങ്ങാതിയല്ല
പകരം ചൊല്ലി മാതേവൻ

Malayalam	English Meaning
കരടി	bear
മട	cave
മല	hill
കൊടുമല	big hill
ചരിവ്	slope
തേൻ	honey
കൊയ്യാൻ	collect
പോയ്	went
ഒപ്പം	with
തൻെറ	his
ചങ്ങാതി	friend
വിരുതൻ	cunning
കൂടെപ്പോയ്	went with (someone)

Malayalam	English Meaning
ഇങ്ങ്	here
വന്നാൽ	if it comes
കുടൽ	intestine
ഞാൻ	I
എടുക്കും	take out
വീമ്പ് ചൊല്ലി	brag
ഒന്നും മിണ്ടാതെ	without saying anything
എല്ലാം	all
മൂളിക്കേട്ടു	nodded
പാവം	simple, straightforward
ദൂരെ നിന്ന്	from a distance
വന്ന നേരം	when came
അരികിൽ	near
മരം	tree
മരത്തിൽ	on a tree
വലിഞ്ഞു കയറി	climbed
താഴെ വീണു	fell down
ജീവൻ	life
ജീവൻ പോയോരാകാരം	lifeless body
പോലെ	like
മണത്തു	smelled
പിണം	dead body
വിട്ടകന്നു	left

Malayalam	English Meaning
തിരക്കി	inquired
മെല്ലെ	slowly
ചൊന്നത്	what was said
എന്ത്	what
കാലം	time
പൊല്ലാക്കാലം	bad time
പകരം	in response
അല്ല	not

	Subject Form	Object Form	Possessive Form
I	ഞാൻ	എന്നെ	എൻെറ
we	ഞങ്ങൾ	ഞങ്ങളെ	ഞങ്ങളുടെ
we	നാം	നമ്മെ	നമ്മുടെ
you	നീ	നിന്നെ	നിൻെറ
you	നിങ്ങൾ	നിങ്ങളെ	നിങ്ങളുടെ
you	താങ്കൾ	താങ്കളെ	താങ്കളുടെ
you	അങ്ങ്	അങ്ങയെ	അങ്ങയുടെ
he	അവൻ	അവനെ	അവൻെറ
she	അവൾ	അവളെ	അവളുടെ
He/she	അദ്ദേഹം	അദ്ദേഹത്തെ	അദ്ദേഹത്തിൻെറ
it	അത്	അതിനെ	അതിൻെറ
they	അവർ	അവരെ	അവരുടെ

Pronouns

	Casual	Respectful	Very Respectful
you	നീ	നിങ്ങൾ/താങ്കൾ	അങ്ങ്/അവിടുന്ന്
He	അവൻ	അദ്ദേഹം	അങ്ങ്/അവിടുന്ന്
She	അവൾ	അവർ/അദ്ദേഹം	അങ്ങ്/അവിടുന്ന്

Malayalam	English
ഒന്നും മിണ്ടാതെ	Without saying anything
ഒന്നും കേൾക്കാതെ	Without hearing anything
ഒന്നും കാണാതെ	Without seeing anything
ഒന്നും ചെയ്യാതെ	Without doing anything
ഒന്നും ചോദിക്കാതെ	Without asking anything
ഒന്നും ശ്രദ്ധിക്കാതെ	Without attending to anything
ഒന്നും കഴിക്കാതെ	Without eating anything
ഒന്നും വാങ്ങാതെ	Without buying anything
ഒന്നും എടുക്കാതെ	Without taking anything

Making Questions

കരടി എന്ത് പറഞ്ഞു?	What did the bear say?
കരടി എന്ത് ചെയ്തു?	what did the bear do?
മല്ലൻ എവിടെ കയറി?	Where did Mallan climb?
ആര് മരത്തിൽ കയറി?	Who climbed the tree?
അവർ എന്തിന് മലയിൽ പോയി?	Why did they go to the hill?

Exercises

A. Match Column A with Column B

	A		B
1	കരടി	1	bear
2	ചങ്ങാതി		friend
3	തേൻ		hill
4	മരം		honey
5	ജീവൻ		life
6	മല		slope
7	ചരിവ്		tree

B. Match Column A with Column B

	A		B
1	മെല്ലെ	4	all
2	പോലെ		far
3	അല്ല		like
4	എല്ലാം		near
5	അരികിൽ		not
6	ദൂരെ		slowly
7	ഒപ്പം		with

C. Translate to Malayalam

	English	Malayalam
1	Where did the friends go?	കൂട്ടുകാർ എവിടെ പോയി?
2	Why did they go?	
3	Who lied down?	
4	What did Mallan ask?	

D. Rewrite the paragraph replacing the underlined nouns with appropriate pronouns. Please use a Malayalam English dictionary online if you do not understand any of these words.

മല്ലനും മാതേവനും ചങ്ങാതിമാരാണ്. മല്ലനും മാതേവനും കാട്ടിൽ പോയി. മല്ലന് കരടിയെ പേടിയില്ല എന്നു മല്ലൻ വീമ്പടിച്ചു. എന്നാൽ ദൂരെ കരടിയെ കണ്ടപ്പോൾ മല്ലൻ ഒരു മരത്തിൽ കയറി. മാതേവൻ കരടിയെ കണ്ട് പേടിച്ച് ചത്തപോലെ നിലത്ത് കിടന്നു. കരടി അടുത്ത് വന്ന് മാതേവനെ മണപ്പിച്ച് നോക്കി. മാതേവന്റെ ശരീരത്തിന് ജീവനില്ല എന്ന് കരുതി കരടി മാതേവനെ വിട്ട് പോയി.

E. Some little children want to present this story as a skit on a stage. Can you write a small skit for them in Malayalam?

Week 5. The Foolish Dog

One day a dog got a bone, and he ran away with it. On his way there was a stream. There was a plank across the stream. When the dog came to the middle of the plank, he looked down into the water. There he saw his own shadow. He thought that it was another dog. Immediately, the dog barked and his bone at once fell down into the water and was lost.

Ezhu nila malika mattuppavinullile
https://www.youtube.com/watch?v=zkULEjPkqJs

ഏഴുനില മാളിക മട്ടുപ്പാവിനുള്ളിലെ
കാവൽനായ്ക്ക് പണ്ടുപണ്ടൊരക്കിടി പറ്റി
കാലത്തെ കാക്കകൾ കൊത്തുകൂടി
തട്ടി താഴത്തു വീഴിച്ചൊരെല്ല് കിട്ടി

തൻ മുന്നിൽ വീണൊരാ എല്ലുമായി
നായ വാലാട്ടിക്കൊണ്ടേ പാഞ്ഞു പോയി
അതുവഴി ഓടിയും ഇതുവഴി ചാടിയും
പാത്തും പതുങ്ങീം കടന്നു പോയി

പോകും വഴീലൊരു പാലമേറി
താഴെ വെള്ളത്തിൽ സ്വന്തം നിഴലു കണ്ടു
എതിരിടുവാനുടൻ മുതിരുകയായവൻ
ഒറ്റക്കുര വെള്ളത്തിൽ എല്ലു പോയി

Malayalam	English
ഏഴു	seven
നില	storied/floors
മാളിക	mansion
മട്ടുപ്പാവ്	terrace
നായ	dog
കാവൽ	guard
പണ്ട്	long time ago
അക്കിടി	foolish mistake
പറ്റി	happened
കാലത്തെ	in the morning
കാക്ക	crow
കാക്കകൾ	crows
കൊത്തുകൂടി	bit each other
തട്ടി	kicked
താഴത്ത്	below
വീഴിച്ച	made fall
എല്ല്	bone
കിട്ടി	got
മുന്നിൽ	in front
വീണ	fell
വാൽ	tail
ആട്ടി	swang
പാഞ്ഞു പോയി	went fast
അത് വഴി	that way
ഓടി	ran
ഇതു വഴി	this way

Malayalam	English
ചാടി	jumped
പാത്തും പതുങ്ങീം	hiding from others
പോകും വഴി	on the way
പാലം	bridge
ഏറി	climbed
താഴെ	below
വെള്ളം	water
സ്വന്തം	one's own
നിഴൽ	shadow
എതിരിടുവാൻ	combat
മുതിരുക	get ready
കുര	bark
ഒറ്റ	once

Compound Words
മട്ടുപ്പാവിനുള്ളിലെ = മട്ടുപ്പാവിൻ + ഉള്ളിലെ
പണ്ടൊരക്കിടി = പണ്ട് + ഒരു + അക്കിടി
വീഴിച്ചൊരെല്ല് = വീഴിച്ച + ഒരു + എല്ല്
വാലാട്ടിക്കൊണ്ടേ = വാൽ + ആട്ടി + കൊണ്ടേ
വീണൊരാ = വീണ + ഒരു + ആ
എതിരിടുവാനുടൻ = എതിർ + ഇടുവാൻ + ഉടൻ
മുതിരുകയായവൻ = മുതിരുക + ആയി + അവൻ

Singular	Plural
കാക്ക	കാക്കകൾ
എലി	എലികൾ
പൂച്ച	പൂച്ചകൾ
പട്ടി	പട്ടികൾ
ആന	ആനകൾ

Malayalam	English
വീണ എല്ല്	bone that fell down
കാവൽ നിൽക്കുന്ന പട്ടി	dog that guards
ഓടിയ പട്ടി	dog that ran
കൊത്തു കൂടിയ കാക്കകൾ	crows that bit each other
വെള്ളത്തിൽ കണ്ട നിഴൽ	shadow seen in water

Near		Far	
ഇവൻ/ഇദ്ദേഹം	this male	അവൻ/അദ്ദേഹം	that male
ഇവൾ/ഇദ്ദേഹം	this female	അവൾ/അദ്ദേഹം	that female
ഇയാൾ/ഇദ്ദേഹം	this person	അയാൾ/അദ്ദേഹം	that person
ഇവർ	these people	അവർ	those people
ഇത്	this thing	അത്	that thing
ഈ	this	ആ	that

Exercises

A. Match Column A with Column B

	A		B
1	കാക്ക	3	bone
2	നായ		bridge
3	എല്ല്		crow
4	വാൽ		dog
5	പാലം		shadow
6	വെള്ളം		tail
7	നിഴൽ		water

B. Match Column A with Column B

	A		B
1	താഴെ	4	above
2	മുന്നിൽ		behind
3	പിന്നിൽ		below
4	മുകളിൽ		In front
5	വശത്ത്		On the side

C. Make Plural

	Singular	Plural
1	കുട്ടി	കുട്ടികൾ
2	വീട്	
3	ആന	
4	മല	
5	കണ്ണ്	
6	കൈ	
7	ചെവി	
8	ചെടി	

D. Write the Future form

	Past	Future
1	ഓടി	ഓടും
2	ചാടി	
3	നിന്നു	
4	ഇരുന്നു	
5	കിടന്നു	

6	നടന്നു	
7	കരഞ്ഞു	
8	കുരച്ചു	

E. Translate to Malayalam

1	this person	ഇയാൾ
2	that man	
3	this woman	
4	that thing	
5	this	

Week 6. A Duck Laying Eggs of Gold

A farmer had a special duck that would lay an egg of gold everyday. He sold them and became rich. One day, he thought that there would be more eggs of gold in the stomach of the duck, and that if he cut the stomach, he could take all of them and become rich right away. So, without any second thought, he took a knife and cut the stomach of the duck. But he found only one egg of gold, and was disappointed.

Thaaraav thaaraav pulli thaaraav
http://www.devaragam.com/vbscript/WimpyPlayer_ext.asp x?ord=t&var=4711

താറാവ് താറാവ് പുള്ളിത്താറാവ്
നല്ല പുള്ളിത്താറാവ് നല്ല പുള്ളിത്താറാവ്
ദിവസം തോറും ദിവസം തോറും
പൊന്മുട്ട നൽകുന്ന താറാവ്

പൊന്മുട്ട വിറ്റ് പണക്കാരനായ തന്റെ യജമാനൻ
പൊന്നിനെപ്പൊലെ തന്നെയും സ്നേഹിക്കും എന്നു
കരുതിയ താറാവ്

സ്വർണ്ണം കൊണ്ടൊരു കൊട്ടാരം വച്ചിട്ടും
സ്വർണത്തളികയിൽ അത്താഴമുണ്ടിട്ടും
മതിയാകാഞ്ഞിട്ടോ കൊതി തീരാഞ്ഞിട്ടോ

പൊൻപണക്കാരനു വ്യാമോഹം
ഒരു നാളിൽ ഒരു മുട്ട പോരേ പോരാ
ഉള്ളത് മുഴുവൻ ഒന്നിച്ച് വേണം

സ്വർണക്കത്തി ഉറയിൽ നിന്നൂരിയും
പെണ്ണാളിനെക്കൊണ്ട് വായ്ത്തല കൂട്ടിയും
അവനാ താറാവിൻ വയറാകെ കീറി
അയ്യോ പാവം
പൊന്മുട്ടയിട്ടതിൻ ദുര്യോഗം
കുടൽമാല പണ്ടങ്ങൾ വേറെ വേറെ
അൽപ്പൻെറ മുന്നിൽ ഐശ്വര്യം പോലെ

Malayalam	**English**
താറാവ്	duck
പുള്ളിത്താറാവ്	duck with spots
ദിവസം	day
ദിവസം തോറും	each day
പൊൻ മുട്ട	egg of Gold
നൽകുക	give
വിൽക്കുക	sell
പണക്കാരൻ	rich man
യജമാനൻ	master
തൻെറ	one’s own
പൊന്നിനെപ്പോലെ	like gold
സ്നേഹിക്കും	will love

Malayalam	English
കരുതുക	care for
സ്വർണ്ണം	gold
സ്വർണം കൊണ്ട്	with gold
കൊട്ടാരം	palace
കൊട്ടാരം വച്ചു	built palace
തളിക	plate
അത്താഴം	supper
അത്താഴമുണ്ടിട്ടും	though ate supper
മതി	enough
മതിയാകുക	get satisfied
കൊതി	greed
തീരുക	end
മോഹം	desire
വ്യാമോഹം	evil desire
പോര	not enough
ഉള്ളത് മുഴുവൻ	all that is there
ഒന്നിച്ച്	together
വേണം	want
കത്തി	knife
ഉറ	cover of knife
ഊരി	draw from cover
പെണ്ണാൾ	woman worker
വായ്ത്തല	knife's edge
വയർ	stomach
കീറി	cut open

Malayalam	English
ദുര്യോഗം	unfortunate
കുടൽമാല പണ്ടങ്ങൾ	intestines
വേറെ വേറെ	separate
അൽപ്പൻ	small-minded person
ഐശ്വര്യം	prosperity

Compound Words
പൊന്മുട്ട = പൊൻ + മുട്ട
കൊണ്ടൊരു = കൊണ്ട് + ഒരു
നിന്നൂരിയും = നിന്ന് +ഊരി + ഉം
പെണ്ണാളിനെക്കൊണ്ട് = പെൺ +ആളിനെ + കൊണ്ട്

Meaning of Complex Expressions
പുള്ളിത്താറാവ് = പുള്ളിയുള്ള താറാവ് (duck with spots)
പൊന്മുട്ട = പൊന്ന് കൊണ്ടുള്ള മുട്ട (egg made of gold)
സ്വർണ്ണത്തളിക = സ്വർണം കൊണ്ടുള്ള തളിക (plate made of gold)
പൊൻപണക്കാരൻ = ധാരാളം പൊന്ന് സ്വന്തമായുള്ള പണക്കാരൻ (wealthy one who owns a lot of gold)
സ്വർണ്ണക്കത്തി =സ്വർണം കൊണ്ടുള്ള കത്തി (knife made of gold)
പെണ്ണാൾ = ജോലി ചെയ്യുന്ന പെണ്ണ് (woman worker)

Singlular	Plural
ആണ്	ആണുങ്ങൾ
പെണ്ണ്	പെണ്ണുങ്ങൾ
രാജ്യം	രാജ്യങ്ങൾ
പുസ്തകം	പുസ്തകങ്ങൾ
പഴം	പഴങ്ങൾ
സ്ഥലം	സ്ഥലങ്ങൾ

"And" in Malayalam ---- --ഉം --ഉം	
പട്ടിയും പൂച്ചയും	Dog and cat
പൊക്കവും തൂക്കവും	Height and weight
ബസിലും ട്രെയ്നിലും	By bus and by train
ഓടിയും ചാടിയും	Running and jumping
നിന്നും നടന്നും	Standing and walking
സന്തോഷത്തോടും ആശ്വാസത്തോടും	With joy and with consolation

Exercises

A. Match Column A with Column B

	A		B
1	താറാവ്	1	duck
2	മുട്ട		egg
3	പൊന്ന്		gold
4	കൊട്ടാരം		knife
5	തളിക		palace
6	അത്താഴം		plate
7	കത്തി		stomach
8	വയർ		supper

B. Match Column A with Column B

	A		B
1	നൽകുക	3	care for
2	വിൽക്കുക		draw out
3	കരുതുക		give
4	സ്നേഹിക്കുക		love

5	കീറുക		place, put,
6	ഇടുക		sell
7	ഊരുക		tear

C. Make Plural

	Singular	Plural
1	പടം	പടങ്ങൾ
2	കലം	
3	ചട്ടം	
4	പട്ടം	
5	നക്ഷത്രം	
6	മരം	
7	നാടകം	
8	നിറം	
9	കരം	
10	മേഘം	
11	വള്ളം	

D. Translate to English

	Malayalam	English
1	അതുമിതും	This and that
2	നീയും ഞാനും	
3	ഇവിടെയും അവിടെയും	
4	ഇപ്പോഴും എപ്പോഴും	
5	ഇന്നും നാളെയും	

E. Translate to English

	Malayalam	English
1	നീലാകാശം	Blue sky
2	വെൺമേഘം	
3	മൺകലം	
4	തടിക്കസേര	
5	കാട്ടുമൃഗം	

Week 7. The Arrogant Tree

A huge tree stood for years at the bank of a river. Nearby there were a group of rattans and other plants. Once when there was a heavy rain and fierce wind, the huge tree, which tried to resist it, fell down. But the small herbs that did not try to resist the wind remained there

Kattatthum veyilatthum
https://www.youtube.com/watch?v=Bcy3FM23Eqo

കാറ്റത്തും വെയിലത്തും മഞ്ഞത്തും മഴയത്തും
പുഴയോരത്തൊരു വൃക്ഷം പലകാലം നിലനിന്നു
അരികത്തും പരിയത്തും അതിനൊപ്പം നെടുനാളായ്
ഒരു പറ്റം ചെഞ്ചൂരൽ ചെറുകാടും നിലനിന്നു

പേമാരി പെയ്തു ചുഴലിക്കാറ്റൂതി
അവയേറ്റാ വൻ വൃക്ഷം കടപുഴകിപ്പോയി
ചുവന്ന ചൂരൽക്കുരുന്ന് പോലും
മറിഞ്ഞു വീണില്ലന്നാ കാറ്റത്തും

മഴ പെയ്യുമ്പോഴും കാറ്റുതുമ്പോഴും
ബലവാനായ് വൻ വൃക്ഷം എതിരിടുവാൻ നോക്കും
കുനിഞ്ഞ് കുമ്പിട്ടൊതുങ്ങി നിൽക്കും
വളർന്ന ചൂരൽക്കൂട്ടങ്ങൾ പോലും

Malayalam	English
കാറ്റ്	wind
വെയിൽ	sunlight
മഞ്ഞ്	dew/mist/snow
മഴ	rain
പുഴ	river
വൃക്ഷം	tree
കാലം	season/time
പല	various
നിലനിന്നു	existed
അരികത്ത്	near
പരിയത്ത്	by the side
അതിനൊപ്പം	with/together
നെടുനാളായ്	for long time
ഒരു പറ്റം	one group
ചെഞ്ചൂരൽ	red rattan
ചെറുകാട്	small woods/forest
പേമാരി	wild rain
ചുഴലിക്കാറ്റ്	hurricane/cyclone
ഊതി	(wind) blew
അവയേറ്റ്	by their effect
വൻവൃക്ഷം	big tree
കടപുഴകിപ്പോയി	root out
ചൂരൽക്കുരുന്ന്	tiny rattan
മറിഞ്ഞ്	turn
വീണില്ല	did not fall

Malayalam	English
മഴ പെയ്യുമ്പോൾ	when it rains
ബലവാനായ്	stong
എതിരിടുവാൻ	resist
കുനിഞ്ഞ്	bow
കുമ്പിട്ട്	kneel
ഒതുങ്ങി	be humble
വളർന്ന	grown
ചൂരൽക്കൂട്ടങ്ങൾ	groups of rattan
ചൂരൽക്കുരുന്ന് പോലും	even the tiny rattan plant
നെടുനാളായ് നിലനിന്നു	existed for a long time

Compound Words
പുഴയോരത്തൊരു = പുഴ + ഓരത്ത് + ഒരു
നെടുനാളായ് = നെടു + നാൾ + ആയ്
ചെഞ്ചൂരൽ = ചെം + ചൂരൽ
ചുഴലിക്കാറ്റൂതി = ചുഴലി + കാറ്റ് + ഊതി
വീണില്ലന്നാ = വീണില്ല + അന്ന് + ആ

"Or" in Malayalam -----ഓ --ഓ	
പട്ടിയോ പൂച്ചയോ	dog or cat
ചായയോ കാപ്പിയോ	tea or coffee
ഓടിയോ നടന്നോ	run or walk
ബസിലോ ട്രെയ്നിലോ	by bus or by train
കാഷാണോ ക്രെടിറ്റാണോ	cash or credit

Malayalam	English
കുറേ ദൂരം	some distance
കുറേപ്പേർ	some people
കുറേ സമയം	sometime
കുറേക്കാലം	sometime (longer time)
കുറേക്കൂടി	some more

Exercise

A. Match Column A with Column B

	A			B
1	കാറ്റ്	3		dew/mist/snow
2	വെയിൽ			rain
3	മഞ്ഞ്			river
4	മഴ			sunlight
5	പുഴ			tree
6	വൃക്ഷം			wind
7	കാട്			woods/forest

B. Match Column A with Column B

	A		B
1	അരികത്ത്	4	a group of
2	പല		blew
3	ഒപ്പം		bowing
4	പറ്റം		knelt down
5	ഊതി		near
6	കുനിഞ്ഞ്		various
7	കുമ്പിട്ട്		with/ together

C. Translate to English

	Malayalam	English
1	ആനക്കൂട്ടം	a group of elephants
2	ആൾക്കൂട്ടം	
3	ആട്ടിൻപറ്റം	
4	എലിക്കൂട്ടം	
5	ഉറുമ്പിൻകൂട്ടം	

D. Translate to English

	Malayalam	English
1	ബുക്കും പേനയും	book and pen
2	സ്ത്രീയും പുരുഷനും	
3	ആണും പെണ്ണും	
4	ഇന്ത്യയും ചൈനയും	
5	ഇടത്തോ വലത്തോ	
6	മുന്നോട്ടോ പിറകോട്ടോ	
7	മുകളിലോ താഴെയോ	

E. Tell this story to someone in Malayalam

Week 8. Who will Bell the Cat?

There lived some mice in a certain house. They moved about quite freely and ate whatever they got in the kitchen. The house-owner brought a cat to kill them. So the mice were now in great fear. They held a meeting to decide how they might get rid of the cat. A mouse suggested that they might tie a bell to the neck of the cat. When the cat moves, the bell will ring, and they all can run away. Hearing this suggestion, one mouse raised a doubt: Who will bell the cat? There was no one to volunteer.

Elikkoottam porukkunna
https://www.youtube.com/watch?v=WI_qH4LuVUo

എലിക്കൂട്ടം പൊറുക്കുന്ന പഴന്തട്ടു
മ്പുറത്തെങ്ങാണ്ടൊരു ദിനം
ഒരു ദിനം ഒരു ദിനം
മണം പറ്റി പദം പമ്മി തരം നോക്കി
കരിങ്കണ്ടൻ വരികയായ്
വരികയായ് വരികയായ് വരികയായ്

മുറിക്കാതൻ കുറുവാലൻ തടിമാടൻ എലികളേ
പിടികൂടി പതിവായി രുചി നോക്കി കറുമുറെ
എലികളെല്ലാം പലയിടങ്ങളിലൊളിവിലായി തുരുതുരെ
പുതിയ കണ്ടനെ എതിരിടാനൊരു
വഴിയൊരുക്കി ശഠശൈ

കരിങ്കണ്ടൻ വരുന്നേരം കിലുങ്ങേണം കിണികിണി
അതിനായി കഴുത്തുമ്മേൽ കുടുക്കേണം കുടമണി
ഒടുവിലേതോ കിഴവൻ ചുണ്ടെലി
അതിനുപായം മൊഴിയവേ
കുറിയവാലന് ചെറിയ സംശയം
"ആര് കെട്ടും കുടമണി?"

Malayalam	English
എലി	rat
കൂട്ടം	group
പൊറുക്കുക	live
തട്ടുമ്പുറം	roof
പഴന്തട്ടുമ്പുറം	old roof
എങ്ങാണ്ട്	somwhere
ദിനം	day
മണം പറ്റി	smelled
തരം നോക്കി	looked for chances
കരിങ്കണ്ടൻ = കറുത്ത ആൺ പൂച്ച	black male cat
വരികയായ്	coming
മുറിക്കാതൻ = കാത് (ചെവി) മുറിഞ്ഞ പൂച്ച	half-eared
കുറുവാലൻ = കുറിയ (ചെറിയ) വാലുള്ള പൂച്ച	small-tailed
തടിമാടൻ	fat
പിടികൂടി	caught
പതിവായി	regularly

Malayalam	English
രുചി നോക്കി	tasted
പലയിടങ്ങളിൽ	at different places
ഒളിവിലായി	hid
തുരുതുരെ	in a hurry
പുതിയ	new
വഴിയൊരുക്കി	paved the way
വരുന്നേരം	when comes
കിലുങ്ങേണം	ring
അതിനായി	for that
കഴുത്ത്	neck
കുടുക്കേണം	hang
കുടമണി = കുട പോലുള്ള മണി	big bell
ഒടുവിൽ	finally
കിഴവൻ	senior/old-aged
ചുണ്ടെലി	mouse
ഉപായം	trick
മൊഴിയുക	say
കുറിയ	short
ചെറിയ	small
സംശയം	doubt
ആര്	who
കെട്ടും	tie

	Specific	Unspecific
some	ചില	പല
Some people	ചിലർ	പലർ
Some places	ചിലയിടങ്ങൾ	പലയിടങ്ങൾ
sometimes	ചിലപ്പോൾ	പലപ്പോൾ

Compound Words
പഴന്തട്ടുമ്പുറം = പഴയ + തട്ടിൻ + പുറം
പലയിടങ്ങളിലൊളിവിലായി = പല + ഇടങ്ങളിൽ + ഒളിവിൽ + ആയി
എതിരിടാനൊരു = എതിർ + ഇടാൻ + ഒരു
വരുന്നേരം = വരുന്ന + നേരം

Opposite Words	
ചെറിയ	വലിയ
പുതിയ	പഴയ
വേഗത്തിൽ	സാവധാനം
എപ്പോഴും	വല്ലപ്പോഴും
പതിവായി	ഇടയ്ക്കിടെ
തടിച്ച	മെലിഞ്ഞ

Wh- Questions in Malayalam

Malayalam	English
ആര് മണി കെട്ടും?	Who will bell the cat?
എവിടെ മണി കെട്ടും?	Where will we tie the bell?
എപ്പോൾ മണി കെട്ടും?	When will we tie the bell?
എങ്ങനെ മണി കെട്ടും?	How will we tie the bell?
എന്തിന് മണി കെട്ടണം?	Why should we tie the bell?

Exercises

A. Match Column A with Column B

	A		B
1	എലി	3	bell
2	പൂച്ച		cat
3	മണി		day
4	വാൽ		mouse
5	മണം		rat
6	ദിനം		smell
7	ചുണ്ടെലി		tail
8	ഉപായം		trick

B. Match Column A with Column B

	A		B
1	വന്നു	1	came
2	പിടിച്ചു		caught

3	മണത്തു		hanged
4	രുചിച്ചു		hid
5	ഒളിച്ചു		smelled
6	കെട്ടി		tasted
7	തൂക്കി		tied

C. Translate to English

	Malayalam	English
1	ആര് പോകും?	Who will go?
2	നാം എവിടെ പോകും?	
3	നാം എപ്പോൾ പോകും?	
4	നാം എങ്ങനെ പോകും?	
5	നാം എന്തിന് പോകണം?	

D. Write the Opposite Word

1	വലിയ	ചെറിയ
2	കറുത്ത	
3	നല്ല	
4	വിശാലമായ	
5	അകലെ	
6	പുതിയ	
7	തടിച്ച	

Week 9. A Touch Makes Gold

There was once a king who was granted a wish by a God. He wished that whatever he touched would turn to gold, and it was granted! Excitedly, he went about touching all sorts of things, turning them into gold. Soon he became hungry. He picked up a piece of food, but he couldn't eat it, for it had turned to gold in his hand! His beloved daughter, seeing his dismay, threw her arms about him to comfort him, and she too turned to gold!

Oridatthoru naal oru mahaanaya
http://www.devaragam.com/vbscript/WimpyPlayer_ext.aspx?ord=t&var=4704

ഒരിടത്തൊരുനാൾ ഒരു മഹാനായ
രാജാവിനേതോ ദേവകൃപയാലൊരു വരം കിട്ടി
തൊടുന്നതെല്ലാം സ്വർണ്ണമാകുമെന്നൊരു വരം കിട്ടി

അന്തപുരത്തിനുള്ളിലെ പൊരുളുകളെല്ലാം
പൊന്നാക്കി മാറ്റി തമ്പുരാൻ തടവിത്തടവി
തന്നിഷ്ടം പോലന്നോരോന്നും പൊന്നാക്കി രാജൻ

കൊട്ടാരക്കെട്ടും തട്ടും ഉദ്യാനത്തോപ്പും കോപ്പും
സ്വർണം കൊണ്ടാറാട്ട്

സന്തോഷത്തോടെ തമ്പുരാൻ തിരുവമൃതേത്തിന്
പണ്ടങ്ങൾ കയ്യിലെടുത്തപ്പോൾ അവയും പൊന്നായി

തൻകുഞ്ഞിനെ മാറോടണച്ചപ്പോൾ
കുഞ്ഞും പൊന്നായി

കൈതൊട്ടാൽ സ്വർണം നേടും
സൗഭാഗ്യം വന്നാൽ പൊലും
ഇല്ല സമാധാനം

Malayalam	English
ഒരിടത്ത്	at a place
ഒരുനാൾ	once
മഹാൻ	great person
രാജാവ്	king
ദേവകൃപയാൽ	by God's grace
വരം	boon
കിട്ടി	got
തൊടുന്നതെല്ലാം	whatever is touched
പൊന്ന്/സ്വർണം	gold
അന്തപുരം	inside the palace
പൊരുളുകൾ	things
മാറ്റി	changed
തമ്പുരാൻ	lord
തടവി	touched/ patted/rubbed
തന്നിഷ്ടം	as he pleased
കൊട്ടാരക്കെട്ട്	palace
ഉദ്യാനം	garden
ആറാട്ട്	festival

Malayalam	English
സന്തോഷത്തോടെ	happily
തിരുവമൃതേത്തിന്	for the king's dinner
പണ്ടങ്ങൾ	things
കയ്യിൽ	in hand
എടുക്കുക	take
അവയും	they too
തൻ കുഞ്ഞ്	his child
മാറോട് അണയ്ക്കുക	hug
സൗഭാഗ്യം	fortune
വന്നാൽ പോലും	even if it comes
ഇല്ല സമാധാനം	no peace

Compound Words
ഒരിടത്തൊരുനാൾ = ഒരിടത്ത് + ഒരു + നാൾ
സ്വർണമാകുമെന്നൊരു = സ്വർണം + ആകും + എന്ന + ഒരു
പോലന്നോരോന്നും = പോലെ + അന്ന് + ഓരൊന്നും
കയ്യിലെടുത്തപ്പോൾ = കയ്യിൽ + എടുത്ത +അപ്പോൾ
മാറോടണച്ചപ്പോൾ = മാറോട് + അണച്ച + അപ്പോൾ
തന്നിഷ്ടം = തൻ + ഇഷ്ടം
കൊണ്ടാറാട്ട് = കൊണ്ട് + ആറാട്ട്

Making Yes/No Question

Statement	**Yes/No Question --ഓ?**
രാജാവിന് ഒരു വരം കിട്ടി	രാജാവിന് ഒരു വരം കിട്ടിയോ?
കൊട്ടാരത്തിലെ എല്ലാം രാജാവ് സ്വർണമാക്കി	കൊട്ടാരത്തിലെ എല്ലാം രാജാവ് സ്വർണമാക്കിയോ?
രാജാവിന്റെ ആഹാരം സ്വർണമായി	രാജാവിന്റെ ആഹാരം സ്വർണമായോ?
രാജാവിന്റെ മകൾ സ്വർണമാകും	രാജാവിന്റെ മകൾ സ്വർണമാകുമോ?

Exercises

A. Match Column A with Column B

A		B	
1	രാജാവ്	2	boon
2	വരം		child
3	കുഞ്ഞ്		garden
4	മഹാൻ		great person
5	സമാധാനം		king
6	കൊട്ടാരം		palace
7	ഉദ്യാനം		peace

A. Match Column A with Column B

A		B	
1	കിട്ടി	4	changed
2	തൊട്ടു		got
3	എടുത്തു		hugged
4	മാറ്റി		took
5	മറോടണച്ചു		touched

C. Make Yes/No Question

	Statement	Yes/No Question --ഓ
1	കുട്ടി ആഹാരം കഴിച്ചു	കുട്ടി ആഹാരം കഴിച്ചോ?
2	കുട്ടി ആഹാരം കഴിക്കുകയാണ്	
3	കുട്ടി ആഹാരം കഴിക്കും	
4	കുട്ടി സ്കൂളിൽ പോയി	
5	കുട്ടി സ്കൂളിൽ പോകുകയാണ്	
6	കുട്ടി സ്കൂളിൽ പോകും	

D. Translate to English

	Malayalam	English
1	അവൻ പോയപ്പോൾ	when he went
2	അവൻ വന്നപ്പോൾ	
3	അവൻ ഉറങ്ങിയപ്പോൾ	
4	അവൻ ഉണർന്നപ്പോൾ	
5	അവൻ ഇരുന്നപ്പോൾ	
6	അവൻ എഴുന്നേറ്റപ്പോൾ	
7	അവൻ നടന്നപ്പോൾ	
8	അവൻ ഓടിയപ്പോൾ	
9	അവൻ ചാടിയപ്പോൾ	

Week 10. An Ant and a Dove

One day an ant approached a drop of water on a leaf at the bank of a river. Suddenly it slipped and fell into the river. A dove saw the ant and dropped a leaf into the water. The ant climbed on to it and floated safely back to shore. Soon afterwards, a hunter came, saw the dove and aimed his arrows at it. The ant noticed this and stung (bit) the hunter in his foot, so his arrow did not hit the dove.

Pandoru puzhayarikil
https://www.youtube.com/watch?v=XPRj2dCP90I

പണ്ടൊരു പുഴയരികിൽ പവിഴമല്ലി തളിരിതളിൽ
ഉരുണ്ടു വീഴാനൊരുങ്ങി നിന്നു
ഒരു തുള്ളി മഴവെള്ളം ഒരു തുള്ളി മഴവെള്ളം

മഴവെള്ളം കുടിക്കാൻ മനസ്സൊന്നു തണുക്കാൻ
കൊതിച്ചു കൊതിച്ചു കൊതിച്ചു ചെന്നൊരു കുഞ്ഞുറുമ്പ്
വെള്ളത്തുള്ളിയോടൊപ്പം പുഴയിൽ വീണു
പിടഞ്ഞു പാവം പിടഞ്ഞു

മരക്കൊമ്പത്തിരുന്ന വെള്ളരിപ്പിറാവത് കണ്ട്
മനം നൊന്തൊരില നുള്ളി ഒഴുക്കത്തിട്ടു
ഇലയിൽ വലിഞ്ഞു കേറി ഉറുമ്പ് കരയ്ക്കടുത്തു
നന്ദിപൂർവം പറവയെ ഒന്നു നോക്കി
ഉറുമ്പൊന്നു നോക്കി

മരം മറഞ്ഞൊളിവില്ല് കുലച്ചുംകൊണ്ടൊരു വേടൻ
പറവയെ ഉന്നം വച്ചൊരമ്പ് തൊടുത്തു
ഉടനെയവൻെറ കാലിൽ ഉറുമ്പ് കടിച്ചിറുക്കി
അമ്പ് തെറ്റി അരിപ്രാവ് രക്ഷയും നേടി
എങ്ങോ പറന്നു പോയി

Malayalam	English
പുഴ	river
അരികിൽ	near
പവിഴമല്ലി	a plant
തളിരിതളിൽ	on a leaf
ഉരുണ്ട് വീഴാനൊരുങ്ങി	about to fall
തുള്ളി	drop
മഴവെള്ളം	rain water
കുടിക്കുക	drink
മനസ്സ്	mind
തണുക്കുക	cool down
കൊതിച്ചു	wished
കുഞ്ഞുറുമ്പ്	tiny ant
വീണു	fell down
പിടഞ്ഞു	struggled
മരം	tree
മരക്കൊമ്പ്	branch of tree
വെള്ളരിപ്രാവ്	white dove
മനം നൊന്ത്	felt sympathy
ഇല നുള്ളി	plucked a leaf

Malayalam	English
ഒഴുക്ക്	water current
വലിഞ്ഞ് കേറി	climbed
കരയ്ക്ക് അടുത്തു	neared the bank of the river
നന്ദിപൂർവം	gratefully
നോക്കി	looked
വേടൻ	a hunter
വില്ല്	bow
ഉന്നം വച്ച്	aimed
അമ്പ്	arrow
തൊടുത്തു	shot (arrow)
ഉടനെ	immediately
കാലിൽ	on leg
കടിച്ചിറുക്കി	bit
അമ്പ് തെറ്റി	arrow slipped
അരിപ്രാവ്	dove
രക്ഷ നേടി	escaped
എങ്ങോ	somewhere
പറന്നു പോയി	flew away

Compound Words
മരക്കൊമ്പത്തിരുന്ന = മരത്തിൻ + കൊമ്പത്ത് + ഇരുന്ന
നൊന്തൊരില = നൊന്ത് + ഒരു + ഇല
ഒഴുക്കത്തിട്ടു = ഒഴുക്കത്ത് + ഇട്ടു
മറഞ്ഞൊളിവില്ല് = മറഞ്ഞ് + ഒളി + വില്ല്
വച്ചൊരമ്പ് = വച്ച് + ഒരു + അമ്പ്

Malayalam	English
നന്ദിപൂർവം	gratefully
സ്നേഹപൂർവം	with love
കരുണാപൂർവം	with mercy
തന്ത്രപൂർവം	tactfully
ബഹുമാനപൂർവം	respectfully
ഭക്തിപൂർവം	devotedly
നീതിപൂർവം	justly
ബോധപൂർവം	consciously

Malayalam	English
മഴവെള്ളം	rain water
തെളിവെള്ളം	clear water
കലക്കവെള്ളം	muddy water
കുടിവെള്ളം	drinking water
കരിക്കിൻവെള്ളം	water from a coconut
നാരങ്ങാവെള്ളം	lime juice
ചൂടുവെള്ളം	hot water

Positive Result – So = അതുകൊണ്ട്

✧ കിളി ഇല നുള്ളിയിട്ടു, അതുകൊണ്ട് ഉറുമ്പ്
രക്ഷപ്പെട്ടു.

The bird dropped a leaf, so the ant escaped.

✧ ഉറുമ്പ് വേടനെ കടിച്ചു, അതുകൊണ്ട് കിളി
രക്ഷപ്പെട്ടു.

The ant bit the hunter, so the bird escaped.

Negative Result – but = എങ്കിലും

✧ ഉറുമ്പ് സൂക്ഷിച്ച് നടന്നു, എങ്കിലും അത് വെള്ളത്തിൽ വീണു.

The ant walked carefully, but it fell into water.

✧ വേടൻ അമ്പെയ്യു, എങ്കിലും കിളി രക്ഷപെട്ടു.

The hunter shot an arrow, but the bird escaped.

Exercises

A. Match Column A with Column B

	A		B
1	നിന്നു	4	bit
2	വീണു		fell down
3	പിടഞ്ഞു		flew
4	കടിച്ചു		looked
5	പറന്നു		saw
6	കണ്ടു		stood
7	നോക്കി		struggled
8	കയറി		put/ placed
9	ഇട്ടു		climbed

B. Match Column A with Column B

A			B
1	പുഴ	5	ant
2	വെള്ളം		arrow
3	തുള്ളി		bow
4	മനസ്സ്		dove
5	ഉറുമ്പ്		drop
6	മരം		hunter
7	പ്രാവ്		leaf
8	ഇല		mind
9	വേടൻ		river
10	വില്ല്		tree
11	അമ്പ്		water

C. Translate to English

	Malayalam	English
1	നീതിപൂർവം	justly
2	മഴവെള്ളം	

3	ബഹുമാനപൂർവം	
4	കുടിവെള്ളം	
5	ബുദ്ധിപൂർവം	
6	തെളിവെള്ളം	
7	സന്തോഷപൂർവം	

D. Fill in the blank spaces with the appropriate expression --- അതുകൊണ്ട്, എങ്കിലും

1. ഞാൻ നന്നായി ഉറങ്ങി, അതുകൊണ്ട് ക്ഷീണം മാറി.

2. ഞാൻ നന്നായി ഉറങ്ങി, എങ്കിലും ക്ഷീണം മാറിയില്ല.

3. മഴ പെയ്യുന്നു, ----------- നല്ല തണുപ്പാണ്.

4. മഴ പെയ്യുന്നു, ----------- ഒട്ടും തണുപ്പില്ല.

5. ഞാൻ വേഗം നടന്നു, --------------- സമയത്ത് എത്തി.

6. ഞാൻ വേഗം നടന്നു, ------------- താമസിച്ചു.

7. ഞാൻ നന്നായി പഠിച്ചു, ------------- പരീക്ഷയിൽ വിജയിച്ചു.

8. ഞാൻ നന്നായി പഠിച്ചു, ------------- പരീക്ഷയിൽ പരാജയപ്പെട്ടു.

The Sounds and Letters of Malayalam

We speak a language with sounds produced from the mouth. These sounds combine to form syllables. Most of the vowels stand alone as syllables, but most of the consonants combine with vowels to become syllables. Syllables are represented by letters in the writing system.

Vowels

Vowels are speech sounds produced without any obstruction or constriction in the mouth. They can stand alone as a syllable or with a consonant. When a consonant stands alone it takes the full form, but when it stands with a consonant, it takes short form.

അ is visible only when it stands alone. When it stands with a consonant, it remains invisible. It is invisibly attached to all the consonants. So it does not have a short form.

The half-moon sign " ˘ " has only a short form. It has two functions: It represents a vowel sound that usually occurs at the end of words as in കാത്. It does not stand alone as a syllable. This sign also denotes the absence of a vowel with a consonant as in ക്ട.

ഋ is a sound from Sanskrit, which Malayalees pronounce with the sound of 'R'.

The sounds അ and ഇ can be put together, and we get ഐ which represents "ai" or "ei". The sounds അ and ഉ can be put together to make ഔ, which stands for "au".

Malayalam Vowels		Similar English Sound
Alone Short Long	With Consonants Short Long	
അ ആ	ാ	bun barn
ഇ ഈ	ി ീ	sit seat
ഉ ഊ	ു ൂ	pull pool
എ ഏ	െ േ	ten
ഒ ഓ	െ-ാ േ-ാ	foam form
ഋ	ൃ	
	്	aloud, among
ഐ ഔ	ൈ െ- ൗ	by/bay bow

Consonants

Consonants are speech sounds produced by making an obstruction or constriction in the mouth.

1		2		3	
Base form		**Stressed form**		**H-form**	
ക	Ka	ക്ക	kka	ഖ	kha
ച	Cha	ച്ച	Ccha	ഛ	Chha
ട	Ta	ട്ട	Tta	ഠ	Tha
		റ്റ	tta		
ത	Tha	ത്ത	Ttha	ഥ	Thha
പ	pa	പ്പ	ppa	ഫ	pha

Vertical arrangement is based on where in the mouth the obstruction is made. For ക the obstruction is at the back. For പ it is at the very front. The others fall in between.

Horizontal arrangement also follows a certain pattern. The ones in column 1 are the base forms. The ones in 2 are their stressed forms. The ones in 3 have the sound of "h" added to the base forms. Let us call them h-forms. � has only a stressed form.

4		5		6	
Base form		**Stressed form**		**H-form**	
ഗ	ga	ഗ്ഗ	gga	ഘ	gha
ജ	ja	ജ്ജ	jja	ഝ	jha
ഡ	da			ഢ	dha
ദ	dha	ദ്ദ	ddha	ധ	dhha
ബ	ba	ബ്ബ	bba	ഭ	bhha

The ones in column 4 are the intensified forms of the ones in column 1. Thus ഗ is an intensified form of ക.

The ones in column 4 are base forms and the ones in column 5 are their stressed forms, and the ones in column 6 are h-forms. ഡ does not have a stressed form.

7		8	
ങ	ng a	ങ്ങ	nnga
ഞ	nja	ഞ്ഞ	nnja
ണ	na	ണ്ണ	nna
ന	na	ന്ന	nna
മ	ma	മ്മ	ma

The ones in column 7 are the nasal forms of the ones in column 1. Thus ങ is ക coming through the nose. The ones in column 8 are their stressed forms.

1	ഴ	റ	ര	ഹ	ക്ഷ	
	zha	Ra	ra	ha	sha	
2	യ	ല	വ	ശ	സ	ള
	ya	la	va	Sa	sa	La
3	യ്യ	ല്ല	വ്വ	ശ്ശ	സ്സ	ള്ള

The ones in row 1 have only a base form. The ones in row 2 have a base form and also a stressed form as given in row 3. Traditionally, ഌ is listed under vowels following Sanskrit. But here it is listed as a consonant because it behaves as one in Malayalam.

Consonant	റ	ള	ല	ന	ണ	മ	ഹ
Independent form	ർ	ൾ	ൽ	ൻ	ൺ	ം	ഃ
Sound	r	l	l	n	n	m	h

Usually consonants stand only with vowels. But these seven consonants also stand independently without the support of vowels.

Words in Malayalam end only in vowel sounds or in these independent consonants.

Consonant Combinations

When two consonants combine, the first one is without a vowel, like in ക്ത. To indicate that a consonant is without a vowel, we use the mark " ് ". This is one function of this mark. We have already seen the other function, which is to represent a vowel sound at the end of words.

When two different consonants combine, the second one may be replaced by a shorter symbol.

Consonant	Short Form	Example
-- + യ	�്യ	ക്യ
-- + ര/റ	്ര	്ക
-- + ല/ള	്ല	ക്ല
-- + വ	്വ	ക്വ

When two or more consonants combine, they may be replaced by a single letter as shown below. They can also be written separately using the mark " ് ".

ങ + ക = ങ്ക   ന + ത = ന്ത

ഞ + ച = ഞ്ച   ന + ഥ = ന്ഥ

ണ + ട = ണ്ട   ന + ദ = ന്ദ

ന + ത = ന്ത   ന + ധ = ന്ധ

മ + പ = മ്പ

Other combinations:

ഹ + ന = ഹ്ന

ന + മ = ന്മ

ണ + വ = ണ്വ

ക + ഷ = ക്ഷ

ത + ഥ = ത്ഥ

ദ + ധ = ദ്ധ

ത + ഭ = ത്ഭ

ന + റ = ന്റ

ശ + ന = ശ്ന

ണ + മ = ണ്മ

ത + സ = ത്സ

സ + ത = സ്ത

സ + ഥ = സ്ഥ

ജ + ഞ = ജ്ഞ

Three or four consonants may be combined as follows:

ന + ത + യ   =   ന്ത്യ

ന + ത + ര   =   ന്ത്ര

ന + ത + വ   =   ന്ത്വ

ന + ദ + ര   =   ന്ദ്ര

ന + ത + ര + യ = ന്ത്ര്യ

Malayalam Sounds Difficult for the Speakers of English

You might have heard that Malayalam is a very difficult language compared to English, which has only 26 letters. However, the difficulty of a language cannot be measured by the number of letters alone. Let me explain how Malayalam is easier to learn than English.

Each English letter has four varieties-- capital and small, and printed and cursive. This quadruples the number of alphabet to 104. Malayalam does not have any of these varieties. It does not have capital-small varieties, and it is supposed to be written just as it is printed. English has complex rules of capitalization. The first letter of every sentence is supposed to be capital, and proper nouns are supposed to begin with capital letters. Conventions of what to capitalize and what not to capitalize vary from place to place and from time to time. Malayalam has none of these difficulties about capitalization because it does not have capital-small variation.

English has about 45 sounds, but it has only 26 letters to represent them. So, each letter has to represent several sounds, and the letters and sounds don't have one-to-one correspondence. As a result, each word in English has its own spelling, which needs to be learned by heart. However, Malayalam has roughly eighty distinct sounds, and it has similar number of distinct letters or their combinations to represent them. So, most of the sounds and letters have one-to-one correspondence between them. Therefore, you don't need to learn the spelling of each word separately.

Each letter of the alphabet of English has a name such as ei, bi, si, di etc. However, the letters of Malayalam don't have names as English letters do. The sound of the letter is the same as its name. This greatly reduces the burden of the learners.

The verb in English changes according to the number (singular/plural) of the subject.

✧ The child plays.
✧ The children play.

Notice that the verb "play" changes to "plays". But in Malayalam verb does not change according to the number of the subject.

We were trying to convince you that Malayalam is much easier than English in various ways. If you could learn English, you can surely learn Malayalam with much less effort and time. However, Malayalam has its own difficulties.

English has about 20 vowel sounds, whereas Malayalam has only about 15 vowel sounds. The only Malayalam vowel sound that causes a little difficulty for English speakers is the long e- sound, for it is absent in English. They tend to use ei instead of e-. Thus they say തേടി as തേയ്ടി.

However, Malayalam consonants pose a real challenge to the English speakers. They speak English with only about 24 consonants, whereas Malayalam speakers use about 65 distinct consonant sounds.

However the primary difficulty of an English speaker in learning Malayalam lies elsewhere. Vowels are marked in the same way in both English and Malayalam except for one vowel-- the sound of 'A'. In Malayalam, this sound is marked only if it stands alone as a syllable-- അ. If it stands with a consonant, it is not marked; it remains invisible.

If you want to indicate that a consonant does not have the sound of 'A' attached with it, you have to mark it in some way. One way is to use a half-moon sign as in കട്. Another way is to use a short form for the second of the two consonants as in ക്ര. A third way is to modify the letter as ം, ൻ, ൽ, ൾ, ർ, and ൺ. Words in Malayalam end only in these modified letters or vowel sounds. Words can end in consonant sounds like b, d, f, g, k, p, s, and t in English, but not in Malayalam.

The Two sounds of ന

ന is a special letter in Malayalam—one with two different sounds. In the word, നനഞ്ഞു, the first and second \ have two different sounds. The tongue touches the teeth when you say the first one. For convenience, let us call it the teeth-sound. The tongue moves back a little and touches the part behind the teeth (teeth ridge) when you say the second one. For convenience, let us call it the teeth-ridge-sound. English speakers are familiar with the teeth-ridge sound, but not with the teeth-sound. Wherever the teeth-sound occurs they tend to mispronounce it as the teeth-ridge-sound.

Here is a quick rule to identify them: teeth-sound usually occurs at the beginning of a word, and teeth-ridge one in other positions. Let us see some words.

Word	Teeth-Sound	Meaning
നാശം	Na-sham	destruction
നിയമം	niyamam	Law
നേരേ	Ne-re	straight
നിറം	niram	colour

Word	Teeth-ridge Sound	Meaning
പനി	pani	fever
മാനം	Ma-nam	Honor, sky
വേദന	Ve-dhana	pain
ആന	a-na	elephant

The rule of position does not apply to the stressed form- ന്ന. Consider words like പന്നി, (pig) and കന്നി (a month in Malayalam Calendar). Both are teeth-ridge sounds.

The Sound of ണ

ണ is also a problem sound for English speakers. This sound is present in English in words like "money", so they can easily make that sound. But the problem is that they cannot distinguish between the sounds of ണ and

ന. English has only one letter "n" for the six different sounds represented by four letters in Malayalam-- ന, ന്ന, ണ, ണ്ണ . They find it hard to distinguish between words like

- ✧ മനം മണം
- ✧ കന്ന് കണ്ണ്
- ✧ മന്നിൽ മണ്ണിൽ
- ✧ പനി പന്നി പണി

We have seen the two sounds of ന. For one, the tongue touches the teeth, for the other, the tongue touches the teeth-ridge. For ണ , the tongue rolls further back and touches the palate.

The Sound of ഴ

ഴ is a very difficult sound for English speakers. That is why the British people changed our place names, കോഴിക്കോട് and ആലപ്പുഴ, to Calicut and Alleppey. For ല, the tongue touches the teeth-ridge. For ഠ, the tongue rolls back, and touches the back of the teeth-ridge. For ഴ, the tongue rolls further back, and touches the palate. For all these three, the tongue makes only a slight touch or a friction.

Word	Sound	Meaning
പഴം	pazham	banana
പഴയ	pazhaya	old
മഴ	mazha	rain

The Sound of ശ

Instead of ശ, English speakers usually say "sh" or "s" sound. Thus for പശ, they say പഷ or പസ. The difference is in the place where the tip of the tongue touches. The tongue touches the front part of the teeth-ridge for സ, the back of the teeth-ridge for ശ, the palate for ഷ.

The Sound of ല & ള

ല, ള, ൽ, ൾ – all these are difficult for English speakers because there is only one sound "l" in English instead of these four sounds. മേല, മേള, മേൽ, കേൾ. The tongue touches the teeth-ridge for ല, and palate for ള.

The Sound of ഞ

ഞ is a very difficult sound for English people. Instead they usually say ന (the second sound as we have seen). For ഞങ്ങൾ, they usually say നങ്ങൾ. The tongue touches the front-teeth-ridge for ന, and the back-teeth-ridge for ഞ.

ക and ഖ

K and kh are not different in English. So English speakers find it difficult to distinguish between ക

and ഖ. This is also true for ച and ഛ, ട and ഠ, ത and ഥ, പ and ഫ.

The sounds ഘ, ഝ, ഢ, ധ, ഭ are hard for English speakers because English does not have these sounds. Actually these sounds came from Sanskrit language, and they are used only in words that came from Sanskrit. Malayalees often don’t distinguish between ഖ and ഘ in their speech. They often sound the same in their speech. This is also true for ഛ ഝ, ഠ ഢ, ഥ ധ, ഫ ഭ.

Combination of Words

Words are marked and separated by a little time in speech and by a little space in writing. Related words are often joined, eliminating the time in speech and the space in writing.

When two words come together, the last sound of the first word and the first sound of the second word come together. If these two sounds are a consonant and a vowel, they can combine as such.

Eg. മാറ്റം + എന്ന = മാറ്റമെന്ന

If a vowel is followed by a consonant, the consonant may get stressed.

പണി + പുര = പണിപ്പുര

If these two sounds are either vowels or consonants, it poses a problem. Usually vowels and consonants occur alternately. The problem is solved in various ways:

1. The first vowel is eliminated

Eg. കാറ്റ്+ അടിച്ചു   = കാറ്റടിച്ചു

2. If the vowels are the same, they are replaced by a long vowel.   For example, അ + അ = ആ

ദേവ + ആലയം = ദേവാലയം

3. അ + ഇ = ഏ

ഈശ്വര + ഇച്ഛ = ഈശ്വരേച്ഛ

4. അ + ഉ = ഒ

ആതിശയ + ഉക്തി =   ആതിശയോക്തി

5. A consonant is inserted between vowels

പിടി + ആന = പിടിയാന

തിരു + ആതിര + തിരുവാതിര

6. If two consonants are combined, the first one is often replaced by another one that easily goes with the sound of the other one.

പിൻ + കാലം = പിൽക്കാലം

A List of Common Useful Words

Pronouns in Malayalam

	Singular	Plural
I	ഞാൻ	ഞങ്ങൾ
you	നീ	നിങ്ങൾ
He	അവൻ	അവർ
She	അവൾ	അവർ
it	അത്	അവ

	Near	Far
he	ഇവൻ	അവൻ
she	ഇവൾ	അവൾ
they	ഇവർ	അവർ
it	ഇത്	അത്
they	ഇവ	അവ

Casual	Formal	Respectful
നീ	നിങ്ങൾ	താങ്കൾ
അവൻ	അയാൾ	അദ്ദേഹം
അവൾ	അവർ	

Subject	Object	Possessive		
ഞാൻ	എന്നെ	എന്റെ	എനിക്ക്	എന്നോട്
നീ	നിന്നെ	നിന്റെ	നിനക്ക്	നിന്നോട്
അവൻ	അവനെ	അവന്റെ	അവന്	അവനോട്
അവൾ	അവളെ	അവളുടെ	അവൾക്ക്	അവളോട്

Wh- Question

who	ആര്
what	എന്ത്
which	ഏത്
when	എപ്പോൾ
where	എവിടെ
how	എങ്ങനെ
why	എന്തുകൊണ്ട്
How many	എത്ര

Yes/No Question

ഉണ്ട്	ഉണ്ടോ
ആണ്	ആണോ
വേണം	വേണോ
പഠിച്ചു	പഠിച്ചോ
പഠിക്കും	പഠിക്കുമോ
ഇല്ല	ഇല്ലേ
വേണ്ട	വേണ്ടേ

Affirmative	**Negative**
പഠിക്കുന്നു	പഠിക്കുന്നില്ല
പഠിച്ചു	പഠിച്ചില്ല
പഠിക്കും	പഠിക്കുകയില്ല
ഉണ്ട്	ഇല്ല
അതേ, ആകുന്നു, ആണ്	അല്ല
വേണം	വേണ്ട

Case Forms

I	ഞാൻ	നീ	അവൻ	അവൾ	അത്
	എനിക്ക്	നിനക്ക്	അവന്	അവൾക്ക്	അതിന്
me	എന്നെ	നിന്നെ	അവനെ	അവളെ	അത്/ അതിനെ
my	എന്റെ	നിന്റെ	അവന്റെ	അവളുടെ	അതിന്റെ
To me	എന്നോട്	നിന്നോട്	അവനോട്	അവളോട്	അതിനോട്
By me	എന്നാൽ	നി ന്നാൽ	അവനാൽ	അവളാൽ	അതിനാൽ
In me	എന്നിൽ	നിന്നിൽ	അവനിൽ	അവളിൽ	അതിൽ
From me	എന്നിൽ നിന്ന്	നി ന്നിൽ നിന്ന്	അവനിൽ നിന്ന്	അവളിൽ നിന്ന്	അതിൽ നിന്ന്

We	ഞങ്ങൾ	നിങ്ങൾ	അവർ	അവ	മക്കൾ
	ഞങ്ങൾക്ക്	നി ങ്ങൾക്ക്	അവർക്ക്	അവക്ക്	മക്കൾക്ക്
Us	ഞങ്ങളെ	നിങ്ങളെ	അവരെ	അവയെ	മക്കളെ
Our	ഞങ്ങളുടെ	നി ങ്ങളുടെ	അവരുടെ	അവയുടെ	മക്കളുടെ
To us	ഞങ്ങളോട്	നി ങ്ങളോട്	അവരോട്	അവയോട്	മക്കളോട്
By us	ഞങ്ങളാൽ	നി ങ്ങളാൽ	അവരാൽ	അവയാൽ	മക്കളാൽ
In us	ഞങ്ങളിൽ	നി ങ്ങളിൽ	അവരിൽ	അവയിൽ	മക്കളിൽ
From us	ഞങ്ങളിൽ നിന്ന്	നി ങ്ങളിൽ നിന്ന്	അവരിൽ നിന്ന്	അവയിൽ നിന്ന്	മക്കളിൽ നിന്ന്

Family Words & Gender

Male	Female	Common	Neuter
പുരുഷൻ	സ്ത്രീ		
അവൻ	അവൾ	അവർ	അത്
മകൻ	മകൾ	മക്കൾ	
ചേട്ടൻ ചാച്ചൻ അച്ചാച്ചൻ	ചേച്ചി		
അനുജൻ	അനുജത്തി		
സഹോദരൻ	സഹോദരി	സഹോദരർ	
പിതാവ് അപ്പൻ അച്ചൻ അപ്പച്ചൻ വാപ്പ	മാതാവ് അമ്മ അമ്മച്ചി ഉമ്മ	മാതാപിതാക്കൾ	
വലിയപ്പൻ	വലിയമ്മ		
അമ്മാവൻ അമ്മാച്ചൻ	അമ്മാവി		
മരുമകൻ	മരുമകൾ	മരുമക്കൾ	
അമ്മാവിയപ്പൻ	അമ്മാവിയമ്മ		
മിടുക്കൻ	മിടുക്കി	മിടുക്കർ	
മടിയൻ	മടിച്ചി	മടിയർ	
കൊച്ചുമകൻ	കൊച്ചുമകൾ	കൊച്ചുമക്കൾ	
ആൺ	**പെൺ**		
ആൺകുട്ടി	പെൺകുട്ടി	കുട്ടി	
ആൺപൂച്ച	പെൺപൂച്ച	പൂച്ച	

Singular/Plural

-കൾ	-മാർ
വീടുകൾ	ചേട്ടന്മാർ
സ്ത്രീകൾ	പുരുഷന്മാർ
പശുക്കൾ	അമ്മമാർ
കുട്ടികൾ	കള്ളന്മാർ
ആളുകൾ	മനുഷ്യർ

Quantity and Number

കുറെ	Some, a few
കുറച്ച്	A little
അൽപം, സ്വൽപം	Very little
ഒത്തിരി	A lot, many
ഒരു പാട്	A lot
ധാരാളം	A lot, many

Time

മുമ്പ് in the past	ഇപ്പോൾ now	ഭാവിയിൽ In the future
കഴിഞ്ഞ/ പോയ വർഷം past year	ഈ വർഷം This year	അടുത്ത/വരുന്ന വർഷം next year
ഇന്നലെ yesterday	ഇന്ന് today	നാളെ tomorrow
രാവിലെ in the morning	ഉച്ചക്ക് At noon	വൈകിട്ട് in the evening
നേരത്തേ earlier	ഇപ്പോൾ now	പിന്നീട് later

സമയം	time
കാലം	Season, age
നൂറ്റാണ്ട്	century
ആണ്ട്, വർഷം	year
മാസം	month
ആഴ്ച	week
ദിവസം	day
മണിക്കൂർ	hour
മിനിട്ട്	minute
സെക്കന്റ്	second
നിമിഷം	moment

Frequency

എപ്പോഴും	always
കൂടെക്കൂടെ	frequently
സാധാരണയായി	usually
ചിലപ്പോൾ	sometimes
വല്ലപ്പോഴും	occasionally
വിരളമായി	Rarely, seldom
ഒരിക്കലുമില്ല	never

Days of the Week

Sunday	ഞായർ
Monday	തിങ്കൾ
Tuesday	ചൊവ്വ
Wednesday	ബുധൻ
Thursday	വ്യാഴം
Friday	വെള്ളി
Saturday	ശനി

Asking Time

സമയം എന്തായി? എത്ര മ്യിയായി?	What time is it?
അഞ്ചു മണി	five O' clock
അഞ്ചേകാൽ	Five and a quarter
അഞ്ചര മണി	Five and a half
അഞ്ചേമുക്കാൽ	Quarter to six
അഞ്ച് പത്ത്	5:10
ആറിന് പത്ത് മിനിട്ട്	Ten to six

How to Continue Learning Malayalam

You have successfully completed ten weeks of Malayalam. You have got a strong basis, from where you can build further. Let me tell you how you may proceed.

Remember that a language consists of four different skills—listening, speaking, reading, and writing. The only way to master a skill is by regular practice of that skill. Find opportunities to practice the four skills of the language.

- Listen to Malayalam from people, from TV, and from radio.
- Speak Malayalam whenever you have an opportunity.
- Read Malayalam newspaper and books.
- Try to write something in Malayalam regularly.

You will always come across new words. Get a Malayalam -English dictionary, and get familiar with the words you come across daily. Also you can go online, and find the meaning of words. Search for Malayalam English dictionary, and you will find several sites. You will also find English Malayalam dictionaries that can translate English words to Malayalam. You can see some useful links on the next page.

Thank you very much for using this book, and I wish you the best!

Useful Links

You may try to search in Youtube or Google for these sites. What you see here are some sites which I searched for and found.

Learn Basic Malayalam in Six weeks (Book by the same authors): https://www.createspace.com/5574506

Children's Story Songs:

- ✧ http://en.msidb.org/a.php?70
- ✧ http://www.devaragam.com/vbscript/MusicNew.aspx?MovieId=1750
- ✧ http://vtmp3.xyz/mp3/tharangini-children-songs-vol-1-full.html
- ✧ http://mio.to/album/KJ.+Yesudas/Childrens+Songs+Vol+2

Malayalam Transliteration:

- ✧ https://www.google.com/intl/ml/inputtools/try/
- ✧ http://malayalam.indiatyping.com/
- ✧ http://indiaz.com/mymalayalam

Malayalam Online Typing

- ✧ https://www.branah.com/malayalam

Download a toolbar to type Malayalam

✧   http://www.google.com/inputtools/windows/index.html

Online Dictionaries

✧   https://glosbe.com/ml/en
✧   https://olam.in/
✧   http://www.prokerala.com/general/dictionary/index.ph
    p
✧   http://dictionary.tamilcube.com/malayalam-dictionary.
    aspx
✧   http://malayalam.indiatyping.com/index.php/dictionary
    /malayalam-english-dictionary
✧   http://mashithantu.com/dictionary/

Children's Stories:

✧   http://oaks.nvg.org/indian-fables.html
✧   http://www.culturalindia.net/indian-folktales/
✧   http://www.importantindia.com/tag/short-moral-stories
    -for-children/

Learn Malayalam Through English Lessons

✧   https://www.youtube.com/watch?v=zVBY871JNio

✧   https://www.youtube.com/watch?v=3CvBdoRRymg

Answer Key

Week 1

A. Match the words in Column A with Column B

	A		B
1	വെള്ളം	3	frog
2	കാലം	7	well
3	തവള	1	water
4	വരണ്ട	2	season
5	ചാടി	8	thirst
6	കണ്ടു	6	saw
7	കിണർ	4	dry
8	ദാഹം	5	jumped

B. Match Column A with Column B

	A		B
1	വന്നു	2	Will come
2	വരും	7	Come!
3	വരുന്നു	6	Is not coming
4	വന്നില്ല	8	Don't come
5	വരുകയില്ല	1	came
6	വരുന്നില്ല	5	Will not come
7	വരൂ	3	Is coming
8	വരരുത്	4	Did not come

C. Match Column A with Column B

A		B	
1	എൻെറ	4	Your
2	ഞങ്ങളുടെ	6	his
3	നമ്മുടെ	8	its
4	നിൻെറ	1	my
5	നിങ്ങളുടെ	2	Our (including you)
6	അവൻെറ	7	her
7	അവളുടെ	3	our
8	അതിൻെറ	5	Your (plural)
9	അവരുടെ	9	their

D. Translate these sentences to English

1	തവള ചാടി	The frog jumped
2	തവള ചാടും	The frog will jump
3	തവള ചാടുന്നു	The frog is jumping
4	തവള ചാടുന്നില്ല	The frog is not jumping
5	തവള ചാടിയില്ല	The frog did not jump
6	തവള ചാടുകയില്ല	The frog will not jump
7	തവള ചാടിയേക്കും	The frog may jump
8	തവള ചാടണം	The frog must jump

E. Translate these sentences to Malayalam

1	The dog ran	പട്ടി ഓടി
2	The dog will run	പട്ടി ഓടും
3	The dog is running	പട്ടി ഓടുന്നു
4	The dog is not running	പട്ടി ഓടുന്നില്ല

5	The dog did not run	പട്ടി ഓടിയില്ല
6	The dog will not run	പട്ടി ഓടുകയില്ല
7	The dog may run	പട്ടി ഓടിയേക്കും
8	The dog must run	പട്ടി ഓടണം

Week 2

A. Match Column A with Column B

	A		B
1	ആമ	5	bet
2	മുയൽ	11	distance
3	കൂട്ടുകാരൻ	14	eye
4	മടിയൻ	13	fatigue
5	പന്തയം	9	Forest, woods
6	പരിപാടി	15	friend
7	മത്സരം	3	friend
8	മല	17	Goal/ aim
9	കാട്	2	hare
10	സമ്മാനം	8	hill
11	ദൂരം	18	Older brother
12	കൂടാരം	4	One who is lazy
13	ക്ഷീണം	10	prize
14	കണ്ണ്	6	program
15	ചങ്ങാതി	7	race
16	ഭാരം	19	runner

17	ലക്ഷ്യം	12	tent
18	ചേട്ടൻ	1	tortoise
19	ഓട്ടക്കാരൻ	16	weight
20	ആര്	20	who

B. Match Column A with Column B

	A			B
1	കണ്ടു	7		Did not see
2	കാണും	9		Is not seeing
3	കാണുന്നു	3		Is seeing
4	കാണണം	5		Let us/me see
5	കാണാം	4		Must/need to see
6	ഞാൻ കണ്ട ആമ	10		Need/must not see
7	കണ്ടില്ല	1		saw
8	കാണുകയില്ല	6		The tortoise I saw
9	കാണുന്നില്ല	8		Will not see
10	കാണണ്ട	2		Will see

C. Fill in the Empty Spaces

	Present	Past	Future
1	നടക്കുന്നു	നടന്നു	നടക്കും
2	ഓടുന്നു	ഓടി	ഓടും
3	കിടക്കുന്നു	കിടന്നു	കിടക്കും
4	കാണുന്നു	കണ്ടു	കാണും
5	കേൾക്കുന്നു	കേട്ടു	കേൾക്കും
6	പറയുന്നു	പറഞ്ഞു	പറയും

7	തൊടുന്നു	തൊട്ടു	തൊടും
8	പോകുന്നു	പോയി	പോകും
9	വരുന്നു	വന്നു	വരും
10	നോക്കുന്നു	നോക്കി	നോക്കും

D. Translate to English

	Malayalam	English
1	ഒരു	A/one
2	ഒരാൾ	A person
3	ഒരിക്കൽ	Once
4	ഒരു നാൾ	One day
5	ഒരാണ്ട്	One year
6	ഒരാഴ്ച	One week
7	ഒരിടം	A place

Week 3

A. Match Column A with Column B

A		B	
1	കൊക്ക്	11	Beak
2	ചെന്നായ്	6	fish
3	കുളം	8	Fish bone
4	പല്ല്	5	monk
5	മഹർഷി	12	mouth

6	മീൻ	9	patience
7	തൊണ്ട	3	pond
8	മുള്ള്	10	Return favor
9	ക്ഷമ	1	crane
10	പ്രത്യുപകാരം	7	throat
11	ചുണ്ട്	4	tooth
12	വായ്	2	wolf

B. Fill in the empty spaces

	Present	Past	Future
1	ഇരിക്കുന്നു	ഇരുന്നു	ഇരിക്കും
2	നിൽക്കുന്നു	നിന്നു	നിൽക്കും
3	തിന്നുന്നു	തിന്നു	തിന്നും
4	നശിക്കുന്നു	നശിച്ചു	നശിക്കും
5	വിളിക്കുന്നു	വിളിച്ചു	വിളിക്കും
6	ചോദിക്കുന്നു	ചോദിച്ചു	ചോദിക്കും
7	പറക്കുന്നു	പറന്നു	പറക്കും
8	തുറക്കുന്നു	തുറന്നു	തുറക്കും
9	കടിക്കുന്നു	കടിച്ചു	കടിക്കും
10	മുറിക്കുന്നു	മുറിച്ചു	മുറിക്കും
11	കൊതിക്കുന്നു	കൊതിച്ചു	കൊതിക്കും
12	ചെയ്യുന്നു	ചെയ്തു	ചെയ്യും
13	തരുന്നു	തന്നു	തരും

C. Translate to English
1. കൊക്ക് പറന്നു. <u>The crane flew away.</u>
2. ചെന്നായ് മീൻ തിന്നു. <u>The wolf ate fish.</u>
3. ചെന്നായ് വായ് തുറന്നു. <u>The wolf opened mouth.</u>
4. കൊക്ക് മുള്ള് എടുത്തു. <u>The crane took out the fish bone.</u>
5. ചെന്നായ് കൊക്കിനെ തിന്നാൻ കൊതിച്ചു <u>The wolf wanted to eat the crane.</u>

D. Translate to Malayalam
1. The wolf is eating fish. <u>ചെന്നായ് മീൻ തിന്നുന്നു.</u>
2. The wolf will eat fish. <u>ചെന്നായ് മീൻ തിന്നും.</u>
3. The wolf will open mouth. <u>ചെന്നായ് വായ് തുറക്കും.</u>
4. The wolf went away. <u>ചെന്നായ് പോയി.</u>

Week 4

A. Match Column A with Column B

A		B	
1	കരടി	1	bear
2	ചങ്ങാതി	2	friend
3	തേൻ	6	hill
4	മരം	3	honey
5	ജീവൻ	5	life
6	മല	7	slope
7	ചരിവ്	4	tree

B. Match Column A with Column B

A		B	
1	മെല്ലെ	4	all
2	പോലെ	6	far
3	അല്ല	2	like
4	എല്ലാം	5	near
5	അരികിൽ	3	not
6	ദൂരെ	1	slowly
7	ഒപ്പം	7	with

C. Translate to Malayalam

	English	Malayalam
1	Where did the friends go?	കൂട്ടുകാർ എവിടെ പോയി?
2	Why did they go?	അവർ എന്തിന് പോയി?
3	Who lied down?	ആര് നിലത്ത് കിടന്നു?
4	What did Mallan ask?	മല്ലൻ എന്ത് ചോദിച്ചു?

D. Rewrite the paragraph replacing the underlined nouns with appropriate pronouns.

മല്ലനും മാതേവനും ചങ്ങാതിമാരാണ്. അവർ കാട്ടിൽ പോയി. മല്ലന് കരടിയെ പേടിയില്ല എന്നു അവൻ വീമ്പടിച്ചു. എന്നാൽ ദൂരെ കരടിയെ കണ്ടപ്പോൾ അവൻ ഒരു മരത്തിൽ കയറി. മാതേവൻ കരടിയെ കണ്ട് പേടിച്ച് ചത്തപോലെ നിലത്ത് കിടന്നു. അത് അടുത്ത് വന്ന് മാതേവനെ മണപ്പിച്ച് നോക്കി. അവന്റെ ശരീരത്തിന് ജീവനില്ല എന്ന് കരുതി അത് അവനെ വിട്ട് പോയി.

Week 5

A. Match Column A with Column B

A		B	
1	കാക്ക	3	bone
2	നായ	5	bridge
3	എല്ല്	1	crow
4	വാൽ	2	dog
5	പാലം	7	shadow
6	വെള്ളം	4	tail
7	നിഴൽ	6	water

B. Match Column A with Column B

A		B	
1	താഴെ	4	above
2	മുന്നിൽ	3	behind
3	പിന്നിൽ	1	below
4	മുകളിൽ	2	In front
5	വശത്ത്	5	On the side

C. Make Plural

	Singular	Plural
1	കുട്ടി	കുട്ടികൾ
2	വീട്	വീടുകൾ
3	ആന	ആനകൾ
4	മല	മലകൾ

5	കണ്ണ്	കണ്ണുകൾ
6	കൈ	കൈകൾ
7	ചെവി	ചെവികൾ
8	ചെടി	ചെടികൾ

D. Write the Future form

	Past	Future
1	ഓടി	ഓടും
2	ചാടി	ചാടും
3	നിന്നു	നിൽക്കും
4	ഇരുന്നു	ഇരിക്കും
5	കിടന്നു	കിടക്കും
6	നടന്നു	നടക്കും
7	കരഞ്ഞു	കരയും
8	കുരച്ചു	കുരക്കും

E. Translate to Malayalam

1	This person	ഇയാൾ
2	That man	അവൻ/ അദ്ദേഹം
3	This woman	ഇവൾ/ ഇദ്ദേഹം
4	That thing	അത്
5	this	ആ

Week 6

A. Match Column A with Column B

A		B	
1	താറാവ്	1	duck
2	മുട്ട	2	egg
3	പൊന്ന്	3	gold
4	കൊട്ടാരം	7	knife
5	തളിക	4	palace
6	അത്താഴം	5	plate
7	കത്തി	8	stomach
8	വയർ	6	supper

B. Match Column A with Column B

A		B	
1	നൽകുക	3	Care for
2	വിൽക്കുക	7	Draw out
3	കരുതുക	1	give
4	സ്നേഹിക്കുക	4	love
5	കീറുക	6	Place, put,
6	ഇടുക	2	sell
7	ഊരുക	5	tear

C. Make Plural

Singular	Plural
പടം	പടങ്ങൾ
കലം	കലങ്ങൾ

ചട്ടം	ചട്ടങ്ങൾ
പട്ടം	പട്ടങ്ങൾ
നക്ഷത്രം	നക്ഷത്രങ്ങൾ
മരം	മരങ്ങൾ
നാടകം	നാടകങ്ങൾ
നിറം	നിറങ്ങൾ
കരം	കരങ്ങൾ
മേഘം	മേഘങ്ങൾ
വള്ളം	വള്ളങ്ങൾ

D. Translate to English

	Malayalam	English
1	അതുമിതും	This and that
2	നീയും ഞാനും	You and I
3	ഇവിടെയും അവിടെയും	Here and there
4	ഇപ്പോഴും എപ്പോഴും	Now and for ever
5	ഇന്നും നാളെയും	Today and tomorrow

E. Translate to English

	Malayalam	English
1	നീലാകാശം	Blue sky
2	വെൺമേഘം	White cloud
3	മൺകലം	Pot made of clay/earth
4	തടിക്കസേര	Wooden chair
5	കാട്ടുമൃഗം	Forest animal

Week 7

A. Match Column A with Column B

A		B	
1	കാറ്റ്	3	Dew/mist/snow
2	വെയിൽ	4	rain
3	മഞ്ഞ്	5	river
4	മഴ	2	sunlight
5	പുഴ	6	tree
6	വൃക്ഷം	1	wind
7	കാട്	7	Woods/forest

B. Match Column A with Column B

A		B	
1	അരികത്ത്	4	A group of
2	പല	5	blew
3	ഒപ്പം	6	bowing
4	പറ്റം	7	Knelt down
5	ഊതി	1	near
6	കുനിഞ്ഞ്	2	various
7	കുമ്പിട്ട്	3	With/ together

C. Translate to English

	Malayalam	English
1	ആനക്കൂട്ടം	A group of elephants
2	ആൾക്കൂട്ടം	A group of people
3	ആട്ടിൻപറ്റം	A group of sheep

4	എലിക്കൂട്ടം	A group of rats/mice
5	ഉറുമ്പിൻകൂട്ടം	A group of ants

D. Translate to English

	Malayalam	English
1	ബുക്കും പേനയും	Book and pen
2	സ്ത്രീയും പുരുഷനും	Woman and man
3	ആണും പെണ്ണും	Man and woman
4	ഇന്ത്യയും ചൈനയും	India and China
5	ഇടത്തോ വലത്തോ	Left or right
6	മുന്നോട്ടോ പിറകോട്ടോ	Forward or backward
7	മുകളിലോ താഴെയോ	Up or down

Week 8

A. Match Column A with Column B

A		B	
1	എലി	3	bell
2	പൂച്ച	2	cat
3	മണി	6	day
4	വാൽ	7	mouse
5	മണം	1	rat
6	ദിനം	5	smell
7	ചുണ്ടെലി	4	tail
8	ഉപായം	8	trick

B. Match Column A with Column B

A		B	
1	വന്നു	1	came
2	പിടിച്ചു	2	caught
3	മണത്തു	7	hanged
4	രുചിച്ചു	5	hid
5	ഒളിച്ചു	3	smelled
6	കെട്ടി	4	tasted
7	തൂക്കി	6	tied

C. Translate to English

	Malayalam	English
1	ആര് പോകും?	Who will go?
2	നാം എവിടെ പോകും?	Where will we go?
3	നാം എപ്പോൾ പോകും?	When will we go?
4	നാം എങ്ങനെ പോകും?	How will we go?
5	നാം എന്തിന് പോകണം?	Why should we go?

D. Write the Opposite Word

1	വലിയ	ചെറിയ
2	കറുത്ത	വെളുത്ത
3	നല്ല	ചീത്ത
4	വിശാലമായ	ഇടുങ്ങിയ
5	അകലെ	അടുത്ത്
6	പുതിയ	പഴയ
7	തടിച്ച	മെലിഞ്ഞ

Week 9

A. Match Column A with Column B

	A		B
1	രാജാവ്	2	boon
2	വരം	3	child
3	കുഞ്ഞ്	7	garden
4	മഹാൻ	4	Great person
5	സമാധാനം	1	king
6	കൊട്ടാരം	6	palace
7	ഉദ്യാനം	5	peace

B. Match Column A with Column B

	A		B
1	കിട്ടി	4	changed
2	തൊട്ടു	1	got
3	എടുത്തു	5	hugged
4	മാറ്റി	3	took
5	മറോടണച്ചു	2	touched

C. Make Yes/No Question

	Statement	Yes/No Question --ഓ
1	കുട്ടി ആഹാരം കഴിച്ചു	കുട്ടി ആഹാരം കഴിച്ചോ?
2	കുട്ടി ആഹാരം കഴിക്കുകയാണ്	കുട്ടി ആഹാരം കഴിക്കുകയാണോ?
3	കുട്ടി ആഹാരം കഴിക്കും	കുട്ടി ആഹാരം കഴിക്കുമോ?

4	കുട്ടി സ്കൂളിൽ പോയി	കുട്ടി സ്കൂളിൽ പോയോ?
5	കുട്ടി സ്കൂളിൽ പോകുകയാണ്	കുട്ടി സ്കൂളിൽ പോകുകയാണോ?
6	കുട്ടി സ്കൂളിൽ പോകും	കുട്ടി സ്കൂളിൽ പോകുമോ?

D. Translate to English

	Malayalam	English
1	അവൻ പോയപ്പോൾ	When he went
2	അവൻ വന്നപ്പോൾ	When he came
3	അവൻ ഉറങ്ങിയപ്പോൾ	When he slept
4	അവൻ ഉണർന്നപ്പോൾ	When he woke up
5	അവൻ ഇരുന്നപ്പോൾ	When he sat down
6	അവൻ എഴുന്നേറ്റപ്പോൾ	When he stood up
7	അവൻ നടന്നപ്പോൾ	When he walked
8	അവൻ ഓടിയപ്പോൾ	When he ran
9	അവൻ ചാടിയപ്പോൾ	When he jumped

Week 10

A. Match Column A with Column B

	A		B
1	നിന്നു	4	bit
2	വീണു	2	fell down
3	പിടഞ്ഞു	5	flew
4	കടിച്ചു	7	looked
5	പറന്നു	6	saw
6	കണ്ടു	1	stood
7	നോക്കി	3	struggled
8	കയറി	9	put/ placed
9	ഇട്ടു	8	climbed

B. Match Column A with Column B

	A		B
1	പുഴ	5	ant
2	വെള്ളം	11	arrow
3	തുള്ളി	10	bow
4	മനസ്സ്	7	dove
5	ഉറുമ്പ്	3	drop
6	മരം	9	hunter
7	പ്രാവ്	8	leaf
8	ഇല	4	mind
9	വേടൻ	1	river
10	വില്ല്	6	tree
11	അമ്പ്	2	water

C. Translate to English

	Malayalam	English
1	നീതിപൂർവം	Justly
2	മഴവെള്ളം	Rain water
3	ബഹുമാനപൂർവം	Respectfully
4	കുടിവെള്ളം	Drinking water
5	ബുദ്ധിപൂർവം	intelligently
6	തെളിവെള്ളം	Clear water
7	സന്തോഷപൂർവം	happily

D. Fill in the blank spaces with the appropriate expression --- അതുകൊണ്ട്, എങ്കിലും

1. ഞാൻ നന്നായി ഉറങ്ങി, അതുകൊണ്ട് ക്ഷീണം മാറി.

2. ഞാൻ നന്നായി ഉറങ്ങി, എങ്കിലും ക്ഷീണം മാറിയില്ല.

3. മഴ പെയ്യുന്നു, അതുകൊണ്ട് നല്ല തണുപ്പാണ്.

4. മഴപെയ്യുന്നു, എങ്കിലും ഒട്ടും തണുപ്പില്ല.

5. ഞാൻ വേഗം നടന്നു, അതുകൊണ്ട് സമയത്ത് എത്തി.

6. ഞാൻ വേഗം നടന്നു, എങ്കിലും താമസിച്ചു.

7. ഞാൻ നന്നായി പഠിച്ചു, അതുകൊണ്ട് പരീക്ഷയിൽ വിജയിച്ചു.

8. ഞാൻ നന്നായി പഠിച്ചു, എങ്കിലും പരീക്ഷയിൽ പരാജയപ്പെട്ടു.

Books by the Same Authors

1. Malayalam Alphabet
2. Learn Basic Malayalam in Six Weeks

The first one is a level 1 book, and the second one is a level 2 one. The present one is level 3.

They are available in amazon.com.
https://www.amazon.com/John-Daniel-Kunnathu/e/B003FOVY
N0

Made in the USA
Middletown, DE
23 July 2019